CHẠM MẶT ĐẤT

TOUCHING THE EARTH
written by Seon Master Daehaeng

THIỀN SƯ NI DAEHAENG

HẠNH HUỆ dịch

CHẠM MẶT ĐẤT
TOUCHING THE EARTH

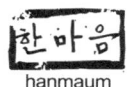
hanmaum

1.

Giữa một khoảnh khắc

Ngày 06 tháng 07 năm 1997

Xin hãy cứ dựa vào bản tâm của bạn

Thật hạnh phúc khi thấy mọi người tụ họp với nhau ở đây để học pháp. Khi thăm Mỹ lần này, tôi đã gặp nhiều người ngoại quốc, và một lần nữa, tôi cảm nhận rằng ánh mắt họ, thái độ của họ và toàn thể con người họ đã chú tâm cao độ trong việc học về sự tu tập. Họ chăm chú đến nỗi dường như không rời mắt khỏi tôi, và hấp thu mọi điều tôi nói với họ.

Họ dứt khoát là những người có trình độ tinh thần cao. Thật khó hơn cho những người có trình độ thấp để cảm nhận cốt tủy nằm sâu bên dưới này, nhưng trình độ của những người càng cao nhất định họ hiểu được điều này. Tôi rất xúc động vì sự thành khẩn của mọi người.

Trở về Đại Hàn, tôi rất vui được gặp nhiều vị ở đây, nỗ lực như thế để học tu tập ngay cả khi thời tiết rất nóng và ẩm. Dù chúng ta có nói những ngôn ngữ khác nhau, nhưng tâm chúng ta giống nhau.

Mọi vật được làm bởi bản tâm của bạn

Nếu các bạn cố gắng hiểu những gì tôi nói với các bạn về bản tâm bằng những kiến thức dựa trên lý thuyết suông hay trừu tượng, một ngàn năm trôi qua, các bạn vẫn không có chút tiến bộ nào, không có gì để nói là giác ngộ thật sự.

Một trong những điều cơ bản nhất bạn cần phải hiểu, là mọi hoạt động và vận hành của thân các bạn tuyệt đối được làm bởi bản tâm của bạn. Ý thức của những sinh vật trong thân bạn điều khiển tất cả những phần khác nhau của thân bạn, và bảo đảm rằng mọi việc vận hành đúng đắn, nhưng đó là bản thể của bạn, bản tâm của bạn lãnh đạo những ý thức này.

Năng lực mà những ý thức này sử dụng để đáp ứng những tư tưởng bạn khởi lên đến tất cả, đều đến từ bản tâm của bạn. Không có một ngoại lệ cỏn con nào, mỗi một việc bạn làm là có thể, vì năng lực nguyên thủy phát xuất từ bản thể của bạn. Cho dù bản thể của chúng ta bất động, nó là nguyên nhân làm mọi vật trong vũ trụ chuyển động.

Bản tâm mà tất cả chúng ta có này không bị giới hạn bổn phận, vai trò hay nơi chốn nào. Nó tuyệt đối vô hạn. Nó là bản thể vô tận của tâm chúng ta, cho phép chúng ta mở mang và tiến hóa. Thật đúng và chính xác để tôi nói rằng khi chúng ta tu tập, chúng ta cần đem ánh sáng rạng ngời của bản tâm soi đường.

Chưa có sẵn 'ánh sáng rạng ngời' thì không có 'bản tâm', không có 'cửa đến chân lý', và không có 'những giao lộ giữa những lãnh vực hữu hình và vô hình'. Về cơ bản, chính như chúng ta là, tất cả chúng ta tự nhiên trôi chảy với chân lý. Tất cả những từ này chỉ là những phương tiện khéo léo mà những vị Thầy dùng để giúp người ta tiến lên.

Hãy nhìn cách người ta thường nghĩ về sự vật. Người ta thường nói rằng vật tốt hay xấu, đó là đức hạnh hay ác hạnh, người kia khôn lanh hay đần độn, vật nọ dài hay ngắn, ai đó nên bị khiển trách hay không nên…

Nhưng tất cả phân biệt này thật sự là bạn đang ở trong lối riêng của bạn. Vốn không thể nói rằng những việc xấu có hay không. Điều này rất sâu xa và kỳ diệu. Bởi vì trình độ của nhân loại cao hơn những động vật khác nhiều, họ có thể đưa những sự việc trở về bản tâm. Trong việc làm như thế, trong sự từ bỏ những việc như tà hạnh, nghiệp, vô minh… những việc này không thể được nói là tồn tại hay không tồn tại nữa.

Buông bỏ vô điều kiện

Tôi thường nói với mọi người rằng bất kể người ta đã làm việc gì sai hay không, họ chỉ nên có niềm tin vào bản tâm của mình và trả mọi vật về đó vô điều kiện.

Tôi nói thế bởi vì khi bạn đưa vật gì vào bản tâm của bạn một cách vô điều kiện, nó biến mất. Nó xảy ra theo cách này: Khi bạn từ bỏ việc không bám vào chúng, thông điệp này được truyền tải đến những thành phần của thân bạn. Qua não, nó được đưa vào tâm linh, phần trọng yếu nhất của chúng ta, và từ đó được truyền tải đến mọi thành phần của thân.

Nếu bạn buông bỏ không dính mắc gì về kết quả. Không có gì 'sắp tốt hơn' hay 'sẽ xấu đi', hay những phân biệt khác, thì những vật được đưa vào trong một mức độ thấp hơn của tinh thần sẽ biến mất và được thay thế bằng một dữ liệu mới. Vì bạn buông bỏ vô điều kiện, nó biến mất vô điều kiện.

Trong sự tu tập này, không có chỗ cho những phân biệt, phán đoán đúng sai, hay để khăng khăng muốn biết lý do tất cả những việc mà chúng ta gặp phải. Nếu bám vào những việc này, bạn không thể dù chỉ thoáng thấy lãnh vực của cái chết. Nhìn vào một người hấp hối: hơi thở ra đi, để lại sau lưng con cái và những người thân. Bạn nghĩ họ có thể bận tâm về 'tại sao' hay đòi hỏi những giải thích? Không. Với họ bây giờ không có những vấn đề này. Họ chỉ bước vào lãnh vực của cái chết, không để ý đến lý do của nó.

Cũng vậy, nếu bạn có thể đi vào lãnh vực vô hình và chăm sóc những vật ở đó, bạn phải bước vào không lý do hay giải thích. Trong lãnh vực này, khi bạn thấy, nghe hay hành động, không có khoảnh khắc nào của sự thấy, sự nghe và việc làm. Khi bạn trở nên hiểu biết về việc gì cần được làm, tự nhiên bạn chăm sóc nó đầy đủ và hoàn hảo. Đây là chân lý của KHÔNG được áp dụng cho mọi người và mọi nơi.

Tuy nhiên, nếu bạn cứ khăng khăng trên việc có những lý do và những giải thích, làm sao bạn có thể luôn kinh nghiệm lãnh vực vô hình này? Nếu bạn chết ngay lập tức, bạn có sẽ cảm thấy thích tranh cãi về cách tốt nhất để làm việc không? Người sắp chết chỉ rời bỏ. Chính Phật đã nói, "Ta đến từ Đạo và ta trở về với Đạo." Và điều này giống hệt đối với mỗi chúng ta. Nếu tôi có thể thêm vào điều này, tôi sẽ nói, "Tất cả chúng ta đến từ Đạo, cuộc sống của chúng ta là Đạo, và tất cả chúng ta trở về với Đạo."

Khi chúng ta trải qua từ đời này đến đời khác, mọi việc chúng ta làm trong khi dính vào thói xấu, bám víu, và ham muốn, lưu lại một tàn tích che phủ tâm chúng ta. Điều này trở lại khiến tất cả những tư tưởng khó chịu khởi lên. Trong xã hội ngày nay, cuộc sống rất bận rộn, và có rất nhiều việc căng thẳng, không tốt sao nếu chúng ta có thể chỉ buông bỏ những điều này khi chúng khởi lên, và tiến bước dễ dàng?

Đừng để ám ảnh vào sự cố tưởng tượng ra những lý do về tất cả những việc khó chịu mà bạn gặp phải. Nếu bạn chỉ buông bỏ chúng từng cái một khi chúng khởi lên, thì bản thể của bạn có thể hấp thu tất cả chúng.

Hãy để bản thể của bạn hấp thu mọi sự đến từ sáu căn, hãy để nó hấp thu Bát thánh đạo, và để nó hấp thu Lục độ. Đưa hết những sự vật này vào bản thể của bạn, vì thế nó có thể hấp thu chúng, và tiến tới chấp nhận mọi sự bạn gặp phải như thể nó là một vị Phật dạy cho bạn một bài pháp. Hãy xem mọi vật bình đẳng. Hãy tạo cho tâm bạn một cái nhà nơi chư

Phật và Bồ tát cùng nhau trú ngụ với tất cả chúng sanh. Chúng ta đang tiến tới như những hành giả của Phật pháp vì lợi ích của sự thử nghiệm nơi này.

Những tranh luận trừu tượng hay lý thuyết không cần thiết. Cãi để hơn hay khăng khăng với hiểu biết từng điểm một là hoàn toàn vô ích – nó bất tận, và không đưa bạn đến đâu. Người ta cố dùng sự thông minh của mình để điều khiển cuộc sống, nhưng chính những tư tưởng mà bạn giao phó cho bản thể của bạn, nó sẽ vận dụng qua lãnh vực vô hình, mới có thể thật sự chăm sóc những sự việc.

Dù tôi dùng từ 'tư tưởng', đó vẫn chỉ là một phương pháp chỉ cho bạn theo đúng hướng. Khi tôi thấy ly nước này (cầm tách lên), tôi chỉ nâng tách lên và uống, không có bất cứ gì mà chúng ta thường gọi là tư tưởng. Tôi chỉ uống nó. Chúng ta có thể làm mọi việc trong đời mình như thế, nhưng chúng ta thường không thể vì chúng ta thường bám vào những ý tưởng như là, 'Tôi không thể làm điều này', 'Tôi không biết làm thế nào', 'Tôi có quá nhiều nghiệp xấu', 'Tôi đã phải làm nhiều việc kinh khủng trong quá khứ để đau khổ như thế này'…

Tuy nhiên chỉ cần vượt qua tất cả những việc này và chăm sóc những vấn đề đó qua tâm bạn. Tâm bạn nhanh hơn tốc độ ánh sáng, và khi nó chạy đó đây, chân nó không chạm đất! Nó có thể làm việc trong tích tắc, và không giống ánh sáng thường, không gì có thể chặn ánh sáng của tâm.

Nhu cầu cấp bách để có thể dùng khả năng sẵn có của chúng ta

Bạn thật sự cần để hiểu khả năng của tâm. Thí dụ, nếu có một vấn đề với tầng ozone, nhiều vấn đề khác sẽ chịu hậu quả, phải không? Điều này góp phần vào sự tan chảy của sông băng và băng ở hai cực, đưa đến lũ lụt và hỏa hoạn khiến người ta không thể tiếp tục sống ở những vùng đó nữa.

Vậy nếu bạn muốn vá lỗ hổng trên tầng ozone, có một cách bạn có thể đi và sửa nó mà không cần động thân. Nếu bạn rất quyết tâm, nếu bạn rất kiên định rằng phải làm điều gì về nó, thì bạn có thể đến thắng đó. Bạn có thể đến đó nhưng không với thân; nó vẫn ở lại đây. Bạn có thể đi và chăm sóc vấn đề trước khi nó trở nên xấu hơn. Như một kết quả, lỗ hổng sẽ không để lọt nhiều tia mặt trời, và cho dù một vài vấn đề vẫn sẽ xảy ra, lỗ hổng sẽ từ từ nhỏ hơn. Trong cách này, bạn có thể giúp băng không tan, cũng như những vấn đề liên quan khác.

Khả năng để dùng tâm này cũng liên quan đến chân lý khác của thế giới này. Hãy so sánh trái đất với một cái nhà chúng ta sống. Tưởng tượng cuộc sống có gì thích thú nếu nhà nhỏ và có quá nhiều người sống ở đó. Cuối cùng thì việc gì sẽ xảy ra nếu nó quá đông đúc đến nỗi người ta không thể tìm ra chỗ để nằm xuống và ngủ?

Để những cây trồng lớn lên như rau diếp và bắp cải, chúng ta bắt đầu gieo tất cả hạt giống xuống đất. Tuy nhiên, khi chúng mọc mầm, những cây trồng thường quá gần nhau. Trong trường hợp này, không cây nào có thể lớn nổi. Vì vậy chúng được làm thưa ra, với những cây bị nhổ lên và không gian được tạo giữa những cây còn lại. Khi những cây mọc lớn hơn, họ phải tỉa nhiều lần nữa, càng nhiều cây bị nhổ lên.

Tiến trình tỉa bớt này có thể được gọi là luật tự nhiên. Lấy thí dụ về trồng tiêu, ngay cả trường hợp những cây to mạnh, khi hai cây mọc sát nhau quá, một cây phải bị nhổ lên để cho cây kia có thể phát triển. Ngược lại, cả hai sẽ không sản xuất được gì hữu dụng. Bất kể vật to hay nhỏ, nếu có quá nhiều chen chúc trong một vùng, chúng vẫn cần được tỉa bớt để phát triển. Điều này được áp dụng ở mọi loài trong đời sống, và nếu nhìn quanh có thể thấy rằng chúng càng lúc càng đang bị giảm bớt. Tiến trình giảm bớt trên đà gia tăng. Tuy nhiên, nếu đào sâu khả năng tinh thần của mình, có thể giúp chúng ta thoát khỏi sự đau khổ do tiến trình này gây ra.

Hơn nữa nếu có người chăm sóc cả hai lãnh vực vật chất và tinh thần một cách hài hòa, giữ vững sự cân bằng giữa hai điều này, thì thế giới sẽ thay đổi từ cõi trung bình đến cõi cao hơn, cõi của chư Phật và Bồ tát. Tại điểm đó, hành tinh khác có thể trở thành cõi trung bình và thực hiện những bổn phận của cõi trung bình. Nếu thế giới này trở thành một cõi cao hơn, thì tất cả những vật chúng ta không cần nữa, tất cả sẽ được dời đến đó và tạo thành một cõi trung bình mới. Tôi không nói như người vác đồ vật lên và mang chúng từ nơi này đến nơi khác.

Xin hãy cứ dựa vào bản tâm của bạn

Những vận hành của những nguyên lý bí nhiệm này có lẽ khó hiểu và khó chấp nhận, nhưng đây là cách mọi vật diễn ra. Đó là lý do tôi nói về cây trồng và sự tỉa bớt, làm sao những vật chúng ta không cần nữa sẽ xuất hiện ở nơi nào đó khác. Có những điều kinh khủng đang xảy ra cho nhân loại, và việc tương tự cũng đang xảy ra cho thú vật và cả vi sinh vật. Tuy nhiên, nếu có nhiều người biết cách dựa vào bản tâm của họ, thì mọi việc có thể thay đổi. Tất cả những điều này sẽ tùy thuộc sự tu tập của chúng ta miên mật ra sao và chúng ta đã nâng mức độ tâm linh của mình đến chừng mực nào. Đó là sự quyết định để mọi người nhận ra điều này.

Nếu có thể nâng cao trình độ của mình như thế, chúng ta sẽ hiểu được quyền năng đáng kinh ngạc của bản tâm. Nói một cách văn hoa, nó giống như những đóa hoa nở trong không và rồi kết trái. Dù cho được phú cho quyền năng vĩ đại như thế, bạn có nhận ra vì sao nhiều người đã không bao giờ nghĩ đến điều này dù chỉ một lần, và để thời gian trôi qua cho đến khi họ chết không?

Vì thế tôi mong rằng tất cả các bạn sẽ tiếp tục miên mật dựa vào bản tâm cho đến ngày cuối cuộc đời. Rồi thì bạn sẽ trở lại thế giới này với mức độ tinh thần cao hơn và sự hiểu biết sâu hơn về sự vận hành của bản tâm. Phật Thích-ca Mâu-ni cũng đến thế giới này như thế. Ngài sanh ra với sự hiểu biết tròn đầy về bản tâm, nhưng để chỉ đường cho con người, ngài đã đi suốt toàn thể tiến trình của đời sống và tu tập.

Mọi việc trong cuộc đời chúng ta sẽ tốt đẹp thế nào tùy thuộc vào cách chúng ta đưa chúng vào bản thể của mình hoàn hảo ra sao. Vì chúng ta sống trong cõi trung bình, những việc chúng ta làm trở thành nghiệp và đau khổ. Chúng ta không nên chí ít cố gắng để bảo đảm rằng chúng ta đang tạo nghiệp lành, và không gia tăng đau khổ sao? Điều này cũng là đạo. Cách này là đạo, cách kia là đạo, không có cách nào không phải đạo. Chân lý ở trong mọi vật, vì thế không thể nói rằng những sự việc đã xảy ra tốt hay xấu. Đừng phí năng lực tinh thần của bạn vào việc tranh cãi đúng sai. Thay vào đó, hôm nay, hãy tiếp tục công việc cố gắng hỏi những câu hỏi về bản thể sâu xa đối với bạn, vì thế chúng ta có thể có một cuộc thảo luận bổ ích và đầy ý nghĩa.

Nếu tôi cứ nói về những việc bạn không rõ ràng, lời nói của tôi sẽ không làm bạn khá chút nào. Vậy hãy hỏi tôi về những phần bạn không hiểu, như thế bạn sẽ có thể đưa những gì tôi nói vào thực hành. Nếu bạn không có những kinh nghiệm để đưa hiểu biết vào thực hành, thì cho dù tôi nói với bạn nhiều về thế giới, vũ trụ và những gì thật sự có thể, bạn sẽ không thể hiểu tôi. Chỉ lắng nghe đối với tôi là khác hoàn toàn với sự áp dụng tích cực những gì tôi đã nói vào những việc bạn gặp phải.

Hãy hỏi cho đến khi bạn hoàn toàn hiểu những gì tôi đang nói. Bạn thật sự cần đưa điều này vào thực hành. Mọi người trên thế giới đang sống với nhau dưới một mái nhà giống nhau, được gọi là trái đất. Nếu ngôi nhà bị hỏng, mọi người sống ở đó sẽ bị thiệt hại. Vậy hãy thực hành và bảo vệ ngôi nhà của mình. Bạn là người sống ở đó, nên bạn phải làm việc này.

Khi tôi ở Mỹ, nhiều tờ báo tường thuật một vụ rắc rối của những nhóm thành viên gồm cả nam lẫn nữ trong một trường học. Chúng đánh nhau, ngay cả giết nhau ở đó... rất là tệ hại. Từ điều này, tôi nhận ra rằng tất cả chúng ta phải nắm vững chính mình, cần tập trung và cảnh giác. Nếu không thì… Đây là lý do hôm nay tôi nói với các bạn về tất cả những việc này.

Chân lý hiện hữu trước khi Phật Thích-ca Mâu-ni ra đời. Ngài học và dạy mọi người sự vật thật sự ra sao, nhưng dù vậy, người ta phí thì giờ để nói những việc vô ích. Nếu bạn cứ làm thế, bạn sẽ chết với trình độ giống như khi sanh. Bạn chẳng tiến bộ chút nào. Hạt giống đời sau của bạn sẽ không thay đổi. Trừ phi bạn làm tâm mình thay đổi, nếu không đời này qua đời nọ bạn sẽ tái sanh cùng một trình độ. Nếu bạn để thời gian trôi qua cho đến khi đau rồi chết, bạn sẽ tái sanh đúng với trình độ như thế.

Nhưng, bản tâm bạn được phú sẵn với khả năng sâu xa bất khả tư nghì. Vậy nếu bạn muốn tiến bộ, hãy đem tất cả những tập khí, dính mắc và tham dục, bỏ vào bản tâm của bạn. Ở đó tất cả chúng sẽ được giải quyết. Đây là tiến trình xóa bỏ dữ kiện cũ và sự thay đổi có thể xảy ra.

Bạn thật sự cần hiểu những gì tôi đang nói. Dù cho Phật Thích-ca Mâu-ni ở ngay bên cạnh bạn, bạn vẫn là người phải làm công việc cần thiết để được giác ngộ. Ngài không thể làm điều đó cho bạn. Phật Thích-ca Mâu-ni không thể thở cho bạn, ăn cho bạn, đau thế cho bạn hay đi vệ sinh cho bạn. Bạn là người duy nhất có thể làm những việc này.

Nói cách khác, cuộc đời chúng ta thật sự cô đơn và hiu quạnh.

Bạn có thể nghĩ "Nhưng tôi có một gia đình", nhưng ngay cả gia đình thương yêu của bạn cũng bao gồm những cá nhân cô đơn, chính bạn là người phải làm điều này. Vậy, hãy học dựa vào bản tâm của mình, đừng kết thúc đời mình như củ cải tí hon! Như bạn biết đó. Chỉ có lá mà không có rễ. Vô dụng. Đừng cứ lặp lại đời sống như thế mãi. Hãy trở thành củ cải khổng lồ, ngon lành có thể cho mọi người ăn được!

Bây giờ, nếu bạn có điều gì hỏi hãy hỏi! Cố gắng hỏi những điều thiết yếu bạn cần giúp đỡ để đưa vào thực hành.

NGƯỜI HỎI 1 (nam):

Sư bà, con vui được gặp Sư bà. Vừa rồi, đất nước chúng ta trải qua một số những vấn đề về kinh tế. 'Nghỉ hưu tự nguyện' và 'nghỉ hưu non' ở trên môi mọi người. Số thất nghiệp cứ gia tăng, và nhiều người đau khổ vì kinh tế.

Con là một trong những người đã trải nghiệm nhiều việc khó khăn này, và hôm nay con ở đây để chia sẻ những kinh nghiệm của mình với những người khác. Con mong rằng sẽ mang lại một chút an ủi và hy vọng đến họ. Và con cũng muốn xin được sự chỉ dẫn của Sư bà về một vài điều mà con vẫn đang vật lộn với nó.

Tháng Hai vừa qua con bán công ty con đã hoạt động mười năm. Sau đó, con khai triển một dự án chi tiết cho một kinh doanh khác mà con đã dự định bắt đầu. Con đã lấy tất cả tiền nhận được từ việc bán công ty cũ, dùng để sắp đặt mọi việc cho công ty mới.

Tuy nhiên, có những việc hoàn toàn không mong đợi xảy ra, những dự án của con sụp đổ. Con mất gần hết tiền và không nghĩ ra mình sẽ làm gì. Con bắt đầu hoang mang một chút và nhận ra rằng cần đặt kế hoạch cho tương lai.

Con đã tính toán tất cả những chi tiêu trong nhà, nhưng hầu như không có gì có thể cắt giảm. Con cái lớn của con vừa vào đại học, và nếu con bắt đầu làm lại việc gì, phải giữ hình ảnh trong xã hội của mình và tiếp tục những bổn phận đối với xã hội (Ở Đại Hàn, đây nghĩa là những quà đám cưới, quà sinh nhật, những buổi ăn tối…).

Con đã nghĩ về công việc lái xe chở người về nhà sau khi họ đã uống quá nhiều, hay tìm một công việc như lao động công nhật, nhưng địa vị của chúng con đang tuột dốc đến độ những việc như thế không thể giúp được gì.

Tiếp tục như vậy một thời gian, nhìn bất cứ nơi nào cũng không có hy vọng, tất cả viễn cảnh dường như đêm đen. Con không có ý kiến gì có thể làm để nâng đỡ gia đình. Con trở nên bồn chồn và ngã lòng, cả tuần lễ con không ra khỏi nhà, như thể sống trong tù.

Tuy nhiên, đội đồng ca ở Trung tâm Thiền một tuần gặp nhau một lần, và con đã chỉnh lý đủ năng lượng để dự diễn tập. Tối đó, vị đội trưởng nhấn mạnh sự quan trọng của việc có trái tim rộng mở và hát với một giọng phấn khởi, vì thế diễn tập là một kinh nghiệm giải thoát, và tất cả những tư tưởng quẩn trí của con qua mất.

Con cảm thấy thất vọng trong suốt tuần lễ và bị nhấn chìm tột độ, khi một tư tưởng bất ngờ nổi lên, "Phí thì giờ làm sao! Ta đang học với một thiền sư vĩ đại – sao ta lại hành động như thế?" Con phản chiếu lại chính mình và nhận ra con đã hoàn toàn dồn hết những khả năng cho công việc và kinh doanh tương lai, và đã xài tất cả năng lượng của mình tập trung vào những việc bên ngoài. Con nhận ra rằng con đã làm mọi việc chậm trễ, và dù chìm hay bơi, con phải quan sát tâm của mình.

Ngay khi điều này xảy ra cho con, con bắt đầu quan sát. Trước hết, trong con đầy ắp những lo âu và không thể nghỉ ngơi. Tuy nhiên cám ơn sự tu tập này, chỉ trong vài ngày con đã cảm thấy an tĩnh và không còn phiền nhiễu. Vì con cảm thấy dễ chịu, con bắt đầu thích ra khỏi nhà, thăm viếng bạn bè và những khách kinh doanh.

Trong diễn biến của việc này, con khám phá một cơ hội không mong đợi để bắt đầu một kinh doanh mới. Mọi việc con dự trù ở trước đã qua rồi, vì thế con chỉ nắm cơ hội đó, không bận tâm dù nó thành công hay không.

Lạ lùng thật, những việc xảy ra tốt đến nỗi như thể là việc kinh doanh đó đã sẵn sàng chờ đợi con. Những công việc mà con trù tính rất nhiều đã lọt qua kẽ tay, nhưng khi con buông mình vào công việc đến với con một cách tình cờ, thì dường như sự giúp đỡ và những cơ hội đến từ mọi hướng. Cảm giác như có bàn tay mầu nhiệm, vô hình đang giúp đỡ con.

Việc kinh doanh mới này tốt đến nỗi không bao lâu con kiếm được nhiều tiền như trước. Mọi việc đã làm con lo lắng biến mất. Thuận tiện, tất cả những việc này chỉ xảy ra trong ba hay bốn tháng. Con mong rằng kinh nghiệm của con có thể cho một vài hy vọng và khích lệ đến những người khác đang đau khổ vì khó khăn kinh tế.

Trước đây, con thường nghĩ về việc như "cõi chết" là một nơi mà chúng ta đã mất thân thể của mình. Nhưng bấy giờ con bắt đầu cảm thấy rằng con thật sự ở trong cõi sống chỉ khi con buông bỏ cái "tôi", "ta". Khi con chất đầy những tư tưởng về "tôi", bấy giờ con thấy như đang lang thang trong "cõi chết".

Cũng vậy, hình như cốt lõi của sự tu tập trước hết là lặng lẽ và an bình quan sát tâm mình, không đuổi theo những vật bên ngoài chúng ta, và rồi đáp ứng những gì xảy đến một cách an lạc. Nếu chúng ta không muốn làm việc gì, thì đó cũng tốt thôi. Có cách nào khác để bảo đảm sự tu tập không? Con muốn xin Thầy cho một bài giảng về việc này.

SƯ BÀ:

Không có đường nào khác. Trở lại câu chuyện trước của bạn, giống như bạn cài lộn nút đầu tiên trên áo mình, vì vậy tất cả những nút tiếp theo bị lộn. Tuy nhiên, bạn nhận ra mình đã lầm, rồi bạn trở lại nút đầu tiên, bắt đầu lại và sự việc sẽ thẳng tắp.

Bất kể vấn đề gì bạn gặp phải, đừng để nó làm bận tâm. Ngay cho cả thế giới sụp đổ, đừng nao núng. Nếu bạn cứ thực hành như bạn đã mô tả, thì có lẽ bạn không cần phải đi quanh để cố gắng mượn tiền nữa.

Mọi người có thể sống tự do và tự nhiên như thế. Tuy nhiên, người ta chất đầy đời mình sự đau đớn và những rắc rối không cần thiết. Vậy hãy sống khi đưa mọi vật đến bản thể của mình. Bạn phải chết để thấy chính bạn. Tuy nhiên tôi không nói về cái chết của thân.

Bạn phải biết chết trong khi sống nghĩa là gì. Người ta gọi sự chết của thân xác là 'niết-bàn', nhưng đó không phải là niết-bàn chân thật. Đối với chân niết-bàn, bạn phải chết trong khi sống.

Mọi vật luôn luôn và mãi mãi bị thay đổi không ngừng và hoạt động với nhau như một tổng thể. Khi bạn có thể sống hòa hợp với điều này, đời bạn sẽ trôi chảy và thảnh thơi! Thay vì tình yêu hời hợt, tình thương sâu đậm hoàn toàn sẽ tuôn ra trong bạn, và tràn đầy mọi việc bạn làm, dù ở nhà với gia đình hay với người bạn vừa gặp.

Như thế, không phải bạn thực hành bằng mọi hành động, tư tưởng và lời nói có thể năng lực thật sự để giúp người sao? Nếu bạn bố thí vật gì và khoác lác về nó, hay làm một tặng phẩm mong lừa thiên hạ sẽ cho bạn vật gì đó, làm sao những loại tặng phẩm này có thể khởi lên bất cứ lợi ích nào chứ? Khi bạn trao tặng phẩm vì tham, tất cả những vấn đề xấu ác sẽ theo vết của lòng tham đó trở ngược lại với bạn. Những loại vấn đề này thường xảy ra cho người ta.

Vậy 'sống dễ chịu' không có nghĩa là chỉ thư giãn thân thể hay cảm thấy thoải mái. Nó nghĩa là trong khi để tâm thoải mái, nếu có việc gì bạn phải động thân để chăm sóc, bạn kiên quyết làm nó. Theo cách này, đời bạn trở nên mạnh khỏe, cân bằng hơn và tiến đến biết ý nghĩa của 'làm mà không làm'. Rồi thì, cho dù bạn hành động, không có dấu vết nào của 'tôi', 'ta' để lại. Thân có thể để lại những dấu chân, nhưng sẽ không có những bước chân để lại trong tâm.

Bạn đã nói khá lâu, nhưng những kinh nghiệm và câu hỏi của bạn sẽ giúp ích cho mọi người thực hành được tốt hơn.

Cám ơn bạn.

NGƯỜI HỎI 1:

Con muốn hỏi một việc khác. Con đã nghe có người trồng những vụ mùa trong nhà kính và mở băng giảng của Thầy cho cây trồng. Hình như những cây trồng trong nhà kính lớn mau hơn và sản xuất nhiều hơn. Điều này đối với con đường như là một kết quả hoàn toàn tự nhiên. Như Thầy đã nói, có năng lượng trong những làn sóng âm thanh, vậy thì năng lượng trong bài giảng của Thầy đã được truyền đến cây trồng. Con nghĩ rằng những làn sóng âm thanh của những bài giảng của Thầy là một năng lượng tâm linh được biểu hiện đến cõi vật chất, và vì thế những cây trồng có thể lớn mau hơn.

Con không nhận rõ được về tâm linh như Thầy, làm sao con có thể cũng gửi loại năng lượng tâm linh này đến những việc chúng ta làm và những vật chúng ta tạo ra?

SƯ BÀ:

Câu hỏi của bạn liên quan đến việc tôi muốn nói tới hôm nay: Nếu bạn làm việc dựa trên bản tâm của mình, khi bạn giao phó một tư tưởng hay nhu cầu, và tiếp tục nó với hành động cần thiết, thì năng lượng sẽ tự động nổi lên từ những việc này.

Tôi đã nói trước đây rằng tâm chúng ta, toàn vũ trụ và tất cả sự sống được nối kết qua bản thể của chúng ta, phải không? Vì luật của Không – tánh thâm nhập, thay đổi không ngừng này – năng lượng phát ra bởi sự thực hành, những tư tưởng và những hành động có thể trải ra mọi vật.

Dùng thí dụ về những vấn đề trong trường học ở Mỹ. Nếu lặn sâu bên trong, nhiều người bắt đầu nghĩ, "Ồ! Điều này phải thay đổi", thì nó thật sự bắt đầu thay đổi. Loại vấn đề này xảy ra khi người ta không nhận ra lãnh vực tinh thần hay cách nó vận hành. Tất cả năng lượng của họ được dành để nạp một cách mù quáng cho những khía cạnh của lãnh vực vật chất.

Tuy nhiên, năng lượng từ sự thực hành của chúng ta đi đến mọi nơi. Nếu qua điều này chúng ta có thể cho những người khác một cảm giác về năng lượng này khởi lên từ bản tâm của chúng ta, thế giới này sẽ không trở thành một chốn khác sao?

Không những nhân loại cảm được năng lượng này. Thú vật, cây trồng, và ngay cả vi sinh vật tất cả đều có thể cảm nhận được nó. Vậy bạn không nên hài lòng dùng sự thực hành của mình để chỉ cuộc sống của riêng mình tiến bộ. Bạn cũng phải dùng nó để giúp đời sống của những người khác tốt hơn. Trong khi làm thế, khi có chút trí tuệ hay hiểu biết xảy ra, nắm lấy và nhìn nơi khác có thể áp dụng được. Hãy nhìn cái gì khác bạn, có thể kết hợp trí tuệ và sự hiểu biết đó vào. Bạn sẽ nhận ra rằng năng lượng của Không có thể áp dụng vào mọi lãnh vực của học hỏi và tồn tại.

NGƯỜI HỎI 1:

Cám ơn Thầy. Từ nay trở đi, con sẽ buông bỏ tất cả những ý tưởng rằng "con đã" làm việc gì. Con sẽ không ngừng tiếp tục tiến trên đường hiểu biết chân ngã của mình. Cám ơn Thầy lần nữa.

SƯ BÀ:

Tốt. Chỉ nhớ rằng ném đi 'cái tôi' không có nghĩa là ném đi cuộc sống hằng ngày hay rời bỏ người quanh bạn. Đúng hơn, đó là cơ hội để kinh nghiệm tình yêu và từ ái đặc biệt đối với họ.

NGƯỜI HỎI 2 (nam):

Con phải nói những suy nghĩ của con về sự khó khăn Thầy làm để cho những người khác có thể sáng tâm của họ, con cảm thấy một chút hổ thẹn về chính mình. Con cũng muốn hỏi Thầy về sự biết ơn và quan niệm tặng lại gì đó.

Con luôn cảm thấy biết ơn khi sự việc vận hành tốt sau khi con vượt qua vài khó khăn. Con sẽ giao phó cho bản thể của mình sự biết ơn của con đối với đức Phật và Thầy, Sư bà, hay tu sĩ khác, nhưng hình như có cái gì đó đã không đúng. Con tự hỏi tại sao con cảm nhận cách đó. Cuối cùng con nhận ra rằng con không trao bất cứ niềm tin nào đến chân ngã của mình. Chân ngã của con là nguồn của mọi vật xảy đến cho con, và là thứ cuối cùng khiến sự việc vận hành tốt.

Nhưng con đã không thấy tất cả điều này, thay vào đó đã dành tất cả niềm tin đối với chư Phật và những tu sĩ. Một hôm, thình lình nó xảy ra với con, "Tất cả những việc tốt này xảy ra vì chân ngã của ta. Vậy ta cần biết ơn chân ngã của mình, và giao phó cho nó ngay cả cảm nhận này. Rồi mọi việc sẽ vận hành hài hòa, như một." Quan niệm này có đúng không ạ?

SƯ BÀ:

Bạn đã đi đến kết luận đúng. Thật vậy. Hãy nhìn, sau khi đại tiện, bạn tự chùi hậu môn. Nếu bạn muốn biết ơn ai đó về điều này, người đó nên là bạn, đúng không? Tại sao những tu sĩ bị kéo vào đó? Nếu một hành giả cứ gọi, "Phật! Phật!" họ sẽ mất sự quan sát chính họ. Nếu đức Phật đi vệ sinh, ruột bạn có được nhẹ bớt không?

Những gì bạn đang nói về cũng áp dụng cho những quan niệm như 'trả ơn' hay 'hồi hướng công đức'. Chăm sóc hậu môn sau khi đại tiện là trả ơn, và thân bạn tiêu hóa một bữa ăn cũng là trả ơn. Điều này cũng giống nhau cho cả những việc lớn và nhỏ. Dọn dẹp sau khi làm việc, trả nợ, nói 'cám ơn' khi chấm dứt – tất cả những việc này là những hình thức trả ơn, hay hồi hướng công đức.

Hơn nữa, khi bạn tổ chức lễ cầu siêu cha mẹ bạn, bạn nên gửi sự biết ơn đối với tình thương và sự ân cần của cha mẹ bạn đến Juingong. Để qua Chủ nhân Không bạn có thể đền đáp mọi sự mà cha mẹ và tổ tiên bạn đã làm cho bạn. Trả mọi vật vào đó. Mọi vật, bao gồm những hương linh của những thành viên gia đình đã qua đời, tất cả xum vầy với Chủ nhân Không. Cho dù không khí chung quanh chúng ta đầy những hương linh khác nhau vô tận, tất cả họ là một. Tất cả họ là một loại.

Vậy bởi sự hồi hướng chân thành và biết ơn đến "một nơi" đó, tuyệt đối bao gồm mọi người. Bạn đã nói bạn luôn cảm thấy biết ơn những tu sĩ, nhưng Chủ nhân Không của họ và của bạn không tách rời nhau. Vì thế khi bạn bày tỏ lòng biết ơn sâu xa của mình đến Chủ nhân Không, bạn cũng đã bày tỏ nó với mọi người, bao gồm những tu sĩ. Tất cả chư Phật và Bồ tát cũng ở đó trong Chủ nhân Không. 'Hồi hướng công đức' và 'đáp ơn' cũng giống như thế.

NGƯỜI HỎI 2:

Khi con bắt đầu cảm thấy biết ơn chân ngã của con, con ngạc nhiên là con cũng đã cảm thấy biết ơn với những tu sĩ biết bao.

Con muốn hỏi Thầy về việc khác: Khi một người bạn đau ở nhà hay ở bệnh viện, con thường tự hỏi có cần phải đích thân thăm họ hay không. Con nhận ra chính mình tự hỏi, 'Ta không thể chỉ khích lệ họ qua tâm sao?' Dù gần đây, con thường nhận ra rằng con đã có một cuộc thăm viếng tốt đẹp với họ. Chuyện trò và chỉ ở đó với trái tim rộng mở. Con vẫn không chắc cách nào là đúng.

SƯ BÀ:

Nếu bạn đặt chúng lên bàn cân, nó không nên bị nghiêng về bên này hoặc bên kia. Khi bạn đi thăm bạn mình, tâm bạn và tâm họ gặp nhau, và năng lượng qua lại, sáng rỡ cả hai bên. Trong hầu hết trường hợp, bạn phải đích thân đi để bạn mình biết rằng bạn đã ở đó và để năng lượng khởi lên.

Tuy nhiên, nếu người bạn đã thấu hiểu, nếu họ là người có thể đi và đến không cử động thân thể, thì cho dù họ đau, bạn không cần đích thân đi thăm. Nhưng nếu không phải trường hợp này, thì bạn phải đích thân để giúp tâm họ và tâm bạn kết nối.

Bạn không thể bỏ qua lãnh vực tinh thần. Không thân thể, bạn không thể tiến hành sự mở mang tinh thần. Thân bạn rất quí giá. Lãnh vực tinh thần được truyền sang thân bạn, chúng không tách biệt. Chúng luôn luôn làm việc với nhau. Thân vật chất của bạn khởi lên từ lãnh vực tinh thần, và nó là Chủ nhân Không của bạn, qua lãnh vực tinh thần, dẫn và chỉ đạo thân bạn. Vậy, nếu bạn thật sự nhận ra rằng thân bạn và Chủ nhân Không làm việc với nhau như một, thì như những đứa bé nói, "Wow!" – Ôi chao!

Người ta thờ tượng Phật trong nhà, và xem Phật như người hay cái gì đó quý báu và vĩ đại hơn họ nhiều. Tuy nhiên, bạn không nên thờ Phật bên ngoài bạn. Đức Phật là thứ bạn thờ bên trong tâm của chính bạn. Đó là thứ bạn mang theo với mình mọi thời.

Ngày xưa, đại sư Wonhyo đã nói, "Bạn phải để Phật dưới da mình và đi tới. Tại sao bạn lại mang theo một vị Phật bên ngoài chính mình. Tượng Phật được tạo ra như một cách giúp hướng dẫn người ta tiến lên, để chỉ họ thoát khỏi những lối nghĩ thông thường. Cúi lạy cũng là một phương pháp tốt để trở nên khiêm tốn. Thật sự có nhiều cách giúp người ta tiến bộ.

NGƯỜI HỎI 2: Cám ơn Thầy.

SƯ BÀ:

A, dường như mọi người đang tu tập tốt. Tôi nghĩ mọi người ở đây sẽ có thể nhận ra những chân lý cao nhất của tâm.

NGƯỜI HỎI 3 (nam):

Sư bà, cám ơn Thầy rất nhiều về bài dạy cho chúng con hôm nay, cho dù Thầy rất mệt sau chuyến đi Mỹ. Trong những buổi pháp thoại, Thầy đã dạy chúng con buông bỏ hai bên, và con nghĩ điều này nghĩa là buông bỏ những việc khởi lên từ lãnh vực hữu hình, và những việc khởi lên từ lãnh vực vô hình. Vậy bất cứ khi nào con đối diện với những vấn đề của cả hai kiểu, con sẽ buông bỏ chúng.

Tuy nhiên, dường như những vấn đề khởi lên từ lãnh vực vật chất thì gay hơn. Có một vấn đề như thế đã hạ gục con hai năm rồi. Con đã trực diện với nó, và đã làm hết sức để buông bỏ nó, nhưng vẫn không giải quyết được. Tức là, con đã không lùi dù một bước. Ngay cả nếu nó giết con, con sẽ tiếp tục trực diện với nó. Dường như để buông bỏ hai bên và tiến tới, chìa khóa là buông cả ý niệm về chính sự sống. Có đúng không ạ?

Việc thứ hai con muốn hỏi Thầy là điều này: Khi con giao phó việc cho bản tâm, đôi khi nó được giải quyết mau chóng, và đôi khi lâu hơn, một hay hai năm. Trong những trường hợp này, chúng ta cứ tập trung trên vấn đề như thể nó là một công án, hay chúng ta chỉ buông bỏ và giao phó nó mọi lúc chúng ta nhận ra nó?

SƯ BÀ:

Người quan sát vấn đề và người giải quyết vấn đề không tách biệt. Thật ra, nếu bạn thật sự kinh nghiệm điều này, bạn sẽ nhận ra rằng không có gì để quan sát. Hơn nữa, lãnh vực tinh thần và lãnh vực vật chất luôn luôn vận hành với nhau như một, vậy tại sao bạn cố đối xử với chúng như thể chúng tách biệt?

Những gì tôi đang nói là bạn nên chỉ buông bỏ mọi sự vào bản tâm của mình khi nó đứng trước bạn. Khi bạn hoàn toàn giao phó nó vào đó, bản tâm của bạn đáp ứng phù hợp. Khi chúng ta cần cơm, chúng ta cho gạo vào nồi, và rồi chờ đợi. Đúng giờ, nó sẽ cho cơm xốp và sẵn sàng để ăn.

Cũng thế, khi chúng ta giao phó việc gì đến lãnh vực tinh thần, nghĩa là bản tâm chúng ta, những gì được giao sẽ chuyển đổi và trở về lãnh vực vật chất.

NGƯỜI HỎI 3:

Con biết. Một vấn đề con đang có là khi nó là vấn đề đau ốm của chính con hay người thân của con, con sẽ giao phó nó cho Chủ nhân Không và mọi việc sẽ vận hành tốt.

Tuy nhiên, khi nó là một vấn đề lớn làm lúng túng trong lãnh vực vật chất với những thứ như tiền bạc, nó chỉ dường như tiếp tục không ngừng. Con có một thời gian khó khăn vì những vấn đề như thế.

SƯ BÀ:

Đừng nghĩ như thế. Cho dù nó là vấn đề của lãnh vực vật chất, cho dù bạn sắp chết, bất kể những gì bạn đang đi qua, 'bạn' không phải là người chăm sóc việc này.

Bản thể của bạn, Chủ nhân Không, gây ra cho bạn và ngay cả bây giờ đang làm bạn sống. Vậy tại sao bạn mắc vào nhiều lo âu vô ích về những sự việc như thế. Đời bạn ở trong tay Chủ nhân Ông không tách rời khỏi bạn.

NGƯỜI HỎI 3:

Vậy giao phó cả sống và chết, và rồi tiến bước, là phương pháp đúng sao?

SƯ BÀ: Vâng, là thế.

NGƯỜI HỎI 3: Cám ơn Thầy.

SƯ BÀ:

Nếu bạn thật sự đến để hiểu rằng mọi việc vận hành như một, tiếp tục thay đổi toàn thể, thì bạn có thể giải thoát chính mình khỏi tất cả những khó khăn và lo âu chán ngắt.

Lạ lùng cho cách điều này vận hành. Trong nhiều trường hợp, người bị ám ảnh với sống thì chết, trong khi người không sợ chết thì sống. Bạn có biết tại sao người con độc nhất thường chết quá sớm không? Vì gia đình cưng yêu quá đáng đứa con. Họ lo lắng quá nhiều về nó đến nỗi việc đó trở thành một ảnh hưởng tai hại.

NGƯỜI HỎI 4 *(nam):*

Sư bà, Thầy khỏe không? Con vừa chấm dứt nghĩa vụ quân sự và đã tìm được việc làm tốt. Con muốn yên tâm làm ăn và lấy vợ. Nhưng mỗi khi nhìn vào gương, hình như tóc con rụng nhiều hơn. Con lo rằng điều này sẽ làm hỏng cơ hội của con.

Vì vậy con đang giao phó điều này cho Chủ nhân Không, mong rằng tóc con sẽ mọc trở lại. Thầy nghĩ sao về việc này? *(Mọi người cười.)*

SƯ BÀ:

Đây là lý do tôi thường nói với mọi người rằng Chủ nhân Không đang làm mỗi việc, vậy hãy chắc chắn đưa mọi vật đến nó. Đối với tôi, không thể gửi đến mọi tình huống có thể, nên tôi đã giải thích nó trong những thuật ngữ thông thường.

Giao phó những vấn đề của bạn cho Chủ nhân Không, biết rằng "Chủ nhân Không, nếu tóc tôi rụng, sẽ khó hơn cho tôi lấy vợ. Anh là người phải ngừng việc tóc rụng này."

Bất cứ khi nào bạn lo về tóc rụng, chỉ giao sự lo lắng này cho Chủ nhân Không. Và bạn có thể sẽ nhận ra tóc mình trở nên dày hơn.

NGƯỜI HỎI 4:

Cám ơn Thầy rất nhiều! Con chắc chắn sẽ thực hành như thế!

SƯ BÀ *(cười):*

Tốt lắm, nhưng đừng quên điều này. Tất cả các bạn có năng lượng căn bản có thể chăm sóc mọi người và mọi nơi. Bạn có thể dùng năng lượng này nhiều như bạn muốn. Nếu bạn cần ít, bạn có thể dùng ít, và nếu bạn cần nhiều, bạn có thể dùng nhiều. Bạn có thể dùng nó tùy theo nơi chốn, thời đại và lãnh vực mà nó cần.

Vậy đừng lo lắng về việc chúng ta mất năng lượng. Những không gian duy nhất quanh chúng ta đang đầy tràn năng lượng, và bản thể của bạn được kết nối tất cả với nó. Nếu hiểu nguyên lý này, thì dù cho bạn không mang bất cứ gì theo, bạn có thể tự do dùng năng lượng này bất cứ khi nào bạn muốn hay những lúc cần thiết.

Thật ra, nếu bạn thật sự hiểu rằng bạn có năng lượng bản thể đã được ban cho này, bạn có thể sống kiểu nào bạn muốn. Bạn có thể kéo dài cuộc sống hay bạn có thể đổi lấy một thân thể lịch sự, mới. Và khi thân bạn trở nên mòn mỏi, thân mới sẽ xuất hiện đúng lúc cho bạn.

Tuy nhiên đừng cố hình dung một thân thể hay hình dáng đặc biệt, vì nếu bạn có thể dùng đầy đủ những năng lượng sẵn có để giúp thay đổi thế giới, bạn không thể hình dung hình dáng bạn sẽ có trong lãnh vực cao hơn. Mức độ tinh thần của bạn càng cao, có thể hình dáng của bạn sẽ càng khác với mong đợi của bạn. Vậy đừng cố hình dung sự tái sanh với hình dáng này hay cái nhìn giống như thế. Khi bạn chết, nếu bạn có ý tưởng phù hợp đặc biệt giống thế, thì hình dáng của bạn sẽ bị đẩy tới kiểu mẫu đó. Vui lòng suy nghĩ về điều này.

Ổn định cuộc sống và nghiêm túc để hiểu và trải nghiệm cách bản tâm của bạn vận hành và cách nó biểu hiện vào lãnh vực vật chất. Ở đây, tại Trung tâm Thiền chúng ta có một nhóm nghiên cứu, nhưng mỗi người trong các bạn cũng là nhà nghiên cứu. Sự nghiên cứu này là nghĩ về và giải thích hiện tượng của đời sống hằng ngày của chúng ta, xã hội của chúng ta, và vũ trụ chúng ta đang sống. Loại nghiên cứu này không phải chỉ thuộc phạm vi của người đặc biệt, chuyên nghiệp; nó là những gì mà tất cả chúng ta phải làm.

Hôm nay tôi tình cờ thấy một người đang nói chuyện trên T.V. một chút, và nhận ra những gì họ đang nói thật sự khó chịu. Nếu họ không biết về nguyên tắc của nhất tâm, thì bất kể họ tiếp tục như thế bao lâu, không có gì họ nói có ích cho người khác, và họ sẽ không bao giờ có chút tiến bộ nào. Chỉ qua nhất tâm chúng ta có thể hàn gắn và giải quyết mọi việc đang làm phiền chúng ta. Đối với tôi, khi có người tiếp tục chuyện vớ vẩn vô ích như thế, tôi thật sự không nghe gì hết. Như thể không có gì lọt vào tai. Tôi không muốn nói nhiều hơn về điều này, vì sự phê phán của tôi có thể khuyến khích những lối suy nghĩ tiêu cực không giúp ích cho bạn.

Tất cả các bạn nên ổn định tâm mình một cách chắc chắn, và phát triển khả năng để làm việc nhỏ thành lớn, và làm việc lớn thành nhỏ. Có khả năng để tự do chăm sóc sự việc, không quan tâm dù chúng lớn hay nhỏ, là những gì chúng ta có thể đạt được qua sự thực hành bài học dựa vào và sử dụng bản tâm của mình này.

Hãy để tôi bày tỏ chân lý trong một ý nghĩa rất cơ bản: Rơi vào nước ô nhiễm là đạo, và tự mình thoát khỏi dòng nước ô nhiễm cũng là đạo. Đạo được tìm ra trong mỗi vật bạn gặp. Không có gì bị loại trừ. Khi bạn hoàn toàn buông cả hai 'ném đi' và 'không có gì để ném', bạn sẽ đạt được khả năng tự do chăm sóc bất cứ gì khởi lên.

Bây giờ sẵn sàng để bạn áp dụng chân lý này vào mọi sự trong đời. Theo cách này, bạn sẽ hiểu mọi việc đến với mình. Nếu bạn tiến lên và đưa những gì tôi nói vào thực hành, tự nhiên bạn sẽ hiểu tất cả điều này.

2.

Năng lực vô hạn của nhất tâm

Ngày 20 tháng 4 năm 1986

 Hãy làm sâu sắc chính mình

Thiền định áp dụng vào đời sống của chúng ta

Hãy ổn định sâu tâm các bạn và cẩn thận lắng nghe. Nếu các bạn không tĩnh lặng, nếu các bạn không ổn định, các bạn không thể trực nhận được *(chỉ vào ngực)*. Những gì chúng ta nói trong ngày hôm nay không phải chỉ là lý thuyết hay triết lý. Nếu các bạn nghiêm túc tu tập, thì các bạn cần có sẵn niềm tin vào bản tánh, Chủ nhân Không của mình. Các bạn phải luôn giao phó mọi sự vào đó, và tiến tới dựa trên bản thể này trong mọi việc các bạn làm. Sau khi giao phó, nhận những gì xảy đến và cũng giao phó điều đó cho bản thể của các bạn. Cứ thế cứ thế, các bạn phải cứ đưa mọi sự trở về bản thể của mình.

Đây là ý nghĩa của thiền định, và là thiền định trong hành động. Các bạn có biết tại sao tôi cứ đưa ra điều này bất cứ khi nào chúng ta gặp nhau không? Vì nếu các bạn làm khác, thì không việc gì các bạn làm thật sự có lợi ích cho chính các bạn, cũng không có bất cứ lợi ích nào cho người khác đang sống với chúng ta trên chiếc tàu gọi là trái đất này.

Khi nhân loại nghiên cứu thế giới quanh mình, đặt tên cho tất cả cây trồng, thú vật, và những đối tượng vô tri. Từ hành động này, những lãnh vực bất đồng về nghiên cứu đã dần dần nổi lên, như sinh vật học, triết học, kỹ nghệ, văn học, chính trị và y học.

Cách đây hằng trăm năm, tiến trình này đã phát sinh một số lượng khổng lồ kiến thức lý thuyết về thế giới và cách chúng ta nên sống. Tuy nhiên, nó không được đặt vào thực hành, và vì vậy chúng ta mất đi tầm nhìn về những gì rất bản thể đối với chúng ta. Vì thế, chúng ta đã chậm phát triển những thứ thuộc tâm linh, và người ta đã đau khổ thậm tệ hằng bao thế kỷ.

Nếu chúng ta có thể chỉ dùng những khả năng sẵn có bên trong mỗi người, tương lai và mức độ tồn tại của chúng ta sẽ thay đổi. Vậy hãy đưa những gì chúng ta đang nói đến, áp dụng vào tất cả những sự việc khởi lên trong đời sống hằng ngày của mình. Vì làm như thế, năng lượng của sự tu tập sẽ tỏa đến người khác, và những lời nói và hành động của các bạn sẽ trở thành những biểu thị của pháp.

Hơn nữa, áp dụng thêm sự tu tập này vào đời sống hằng ngày, các bạn phải áp dụng nó đến tất cả chúng sanh, cả sống và chết, cũng như đến thế giới vô tri. Các bạn phải áp dụng sự tu tập hướng đến sự phát triển của vũ trụ cũng như chính các bạn.

Người ta có khuynh hướng chỉ tin vào những gì họ có thể thấy bằng mắt, nên khi việc gì thình lình thay đổi, họ không công nhận nó nữa. Cả người và sự vật trình hiện một hình dạng và khoác lên một hình dạng khác, và vẫn chưa khác. Người ta nói về những việc như 'sống' và 'chết' vì họ không biết sự thật rằng tất cả đang thay đổi, mỗi một khoảnh khắc. Cố nhiên, không có sống hay chết, vì mọi vật chỉ thay đổi hình dạng và di chuyển từ đây đến kia.

Như thế, cuối cùng, sống, chết, nghiệp, nhân quả và tái sanh, tất cả xảy ra tùy thuộc những suy nghĩ mà bạn khởi lên. Những thứ này không hiện hữu, vì các sự vật thay đổi trong mọi khoảnh khắc. Không gì còn lại đằng sau sống và chết, nhân và quả, ngay cả nghiệp và căn để dính mắc.

Tôi đã học điều này rất lâu khi sống trong núi. Một hôm, sau cơn tuyết giá bao phủ những ngọn núi, con đường nơi tôi ở trở nên trơn trợt. Nghiêm trọng hơn, nó lại đổ dốc và rất dốc, giống như đang bước trên gương vậy. Nhưng tôi thấy rằng, nếu bước những bước thật ngắn và nhanh thì tôi có thể xuống được. Tuy nhiên, nếu tôi do dự hay đứng yên dù một thoáng, tôi sẽ lập tức bị trượt qua một bên và rơi xuống. Tôi phải giữ cho chân mình chuyển động, không thể đứng yên được. Cuộc sống của chúng ta cũng như thế: Chúng ta phải chuyển động được với sự hằng chuyển tự nhiên của thế giới.

Những quà tặng không được khám phá

Sau này, khi nghĩ lại kinh nghiệm này, tôi thình lình nhận ra rằng chúng ta có tất cả những năng lực của tiến hóa và sáng tạo bên trong mỗi người, nó có thể làm cho chúng ta liên tiếp chuyển động và thay đổi, ngay cả thay đổi hình dáng của mình.

Cũng thế, chúng ta cũng được phú cho năm thần thông. Có khả năng thấy được mọi vật bất cứ đâu, khả năng nghe mọi sự, du lịch không động thân, biết đời quá khứ và vị lai và biết tư tưởng của người khác. Thí dụ, khả năng nghe mọi sự cũng có thể gọi là năng lực cộng thông. Hiện tại, dù chúng ta có điện thoại và radio. Cũng thế, người ta dùng kính thiên văn để thay thế khả năng sẵn có của chúng ta để thấy mọi vật trong vũ trụ. Tất cả chúng ta được phú cho những khả năng này, nhưng chúng ta không thể dùng chúng chính xác. Có thể thật tình nói rằng chúng ta đang mất năm mươi phần trăm chính mình.

Tuy nhiên, nếu chúng ta hiểu những nguyên tắc vận hành của thế giới – những nguyên tắc của bản tâm chúng ta – thì năm mươi phần trăm bị mất sẽ được làm đầy, và chúng ta có thể dùng một cách chính xác tất cả một trăm phần trăm. Đây là Phật giáo sống động, làm đầy năng lượng cho người và đánh thức họ về giá trị của cuộc sống. Khi xuân đến, mọi vật tưng bừng nở hoa một cách tự nhiên. Tất cả Đỗ Quyên, Nghinh Xuân, Mộc Lan gửi đến những đóa hoa, cây cối xanh tươi, băng tuyết tan, những thung lũng với khe suối tuôn chảy và chim chóc hót ca. Tịnh độ của Phật cũng đạt đến như thế.

Nếu chúng ta hiểu nguyên tắc này, và có thể tiếp tục áp dụng nó đi suốt cuộc đời, nó trở thành công cụ lớn cho chúng ta. Như thế chúng ta có cây gậy phép riêng của mình. Với ba động của nó, vạn sự trở nên có thể. Nơi này, nơi mọi vật trở thành một – nhất tâm – là yếu tính của trái đất, của mặt trời và của chính vũ trụ. Thật lạ lùng! Một nơi cao thượng này, một điểm độc nhất này, sản sinh mọi vật. Nó là nơi mọi vật được kết nối. Nó có thể cho, làm, nâng đỡ, ôm ấp và chuyển hóa sự vật. Bản tâm của các bạn có thể làm tất cả điều này!

Vậy hãy nhận một nơi này, một tâm này, và cố gắng áp dụng khéo léo nó vào mọi sự. Bằng "khéo léo", tôi muốn nói là đưa tư tưởng và cảm giác của các bạn về bên trong, để chống lại việc hướng chúng ra bên ngoài. Nếu bạn đưa tất cả những việc này vào bên trong, "một tư tưởng" sẽ tự nhiên khởi lên từ đó, và trong "một tư tưởng" đó là năng lực thay đổi và phát triển cả vũ trụ.

Nếu các bạn có thể tu tập như thế, toàn thể vũ trụ hiện hữu ngay đó, trong đời sống hằng ngày, và khi các bạn chăm sóc đời sống hằng ngày của mình, các bạn cũng chăm sóc vũ trụ. Có việc nào khác có thể thiêng liêng hơn việc này chứ?!

Tôi mong rằng các bạn sẽ lắng nghe một cách cẩn thận những gì tôi nói, và đừng gạt bỏ nó như chỉ là bài giảng. Những gì tôi nói là những việc xảy ra với chúng ta mỗi ngày, và những gì chúng ta phải làm để thật sự giải quyết chúng. Nếu tôi cố gắng cho các bạn những pháp thoại khéo léo hay dễ theo, chúng sẽ chỉ là những lời chết. Chúng không có năng lực để giúp các bạn. Khi các bạn khát, các bạn cần nước để uống ngay. Vì thế, tôi cố gắng cho các bạn những bài giảng hữu ích và thích nghi với cuộc sống hằng ngày, những bài giảng sẽ giúp các bạn trưởng thành và tiến bộ.

Thỉnh thoảng, những vấn đề xảy ra ở nơi nào đó, hay quanh thế giới, nơi mà một biến cố ném mọi sự vào hỗn loạn. Đối với tôi, những vấn đề này không khó giải quyết. Ý định của nhất tâm kết hợp tất cả tâm của toàn thể vũ trụ, vận hành để duy trì trái đất. Kể cả nó gây ra những năng lượng tiêu cực để làm tiêu tan. Tất cả những thăng trầm chúng ta xuyên qua khi tu tập là những bước chuẩn bị mà cuối cùng sẽ cho phép chúng ta tiến đến bình an và hài hòa, như nhất tâm. Hãy dùng những gì các bạn đã học, các bạn có thể giúp chính vũ trụ phát triển.

Như tôi đã nói trước đây, khi sự vật thay đổi, khi nó dời từ chỗ này đến chỗ kia, người ta không có ý tưởng cái gì đã xảy ra. Giống như không để ý rằng ấu trùng đã trở thành ve sầu hay ve sầu trở thành ấu trùng. Cũng thế, hầu hết mọi người không nhận ra rằng nhân loại chúng ta cũng liên tục biến đổi từ hình thể này sang hình thể khác và tiến hóa.

Tuy nhiên, chúng ta được trông nom để gia tăng số lượng dựa trên những sự như di truyền học và dùng kiến thức này để gia tăng sản xuất đối với cây trồng và thú vật. Nhưng nếu chúng ta nghiên cứu điều này ở mức độ sâu hơn, sự việc tự hiện hữu vì những khía cạnh vô hình của lãnh vực phi vật chất. Từ đây khởi lên những gì mà những nhà khoa học gọi là nhiễm sắc thể tố (phần cơ bản của di truyền), cũng như những thứ vật chất. Như thế, khía cạnh vô hình này, những gì mà thỉnh thoảng tôi gọi là Mujeonja (yếu tính, thể), có thể gây ra DNA và gene để vận hành hay không vận hành. Điều này phải đến từ năng lực bản thể của khía cạnh vô hình, cũng như khả năng của nó để truyền đạt đến mọi sự.

Vậy thì, như tôi đã đề cập trước đây, khi mọi sự trở thành một và vận hành với nhau, thì một năng lực vô hình, không thể tin nổi, khiến sự vật khởi lên hay biến mất. Bất cứ những gì hiện trước các bạn có thể bị nuốt chửng và biến đổi thành năng lượng và chất bổ dưỡng tích cực. Tất cả các bạn đều có trợ lực không thể tin nổi này ở bên trong chính mình.

Nếu mọi người trên thế giới khơi dậy được mức độ ý thức của mình và áp dụng vào đời sống hằng ngày, thì mọi sự việc trong cuộc sống có thể thay đổi, ngay cả thân hình của mình. Tương lai của chúng ta sẽ thay đổi hoàn hảo. Thí dụ, hiện nay các bạn tùy thuộc vào máy móc khi các bạn muốn dùng năng lượng để truyền thông với người khác. Nhưng tưởng tượng một thế giới, nơi mà tất cả điều này có thể hoàn thành đơn giản bằng cách khởi lên một tư tưởng. Đây là một tương lai mà tôi đang đề cập.

Đừng bao giờ để chính mình nghĩ rằng điều này không thể được. Nếu các bạn tự nghĩ mình nghèo, thì thật sự, các bạn sẽ trở thành nghèo. Nếu các bạn nghĩ chính mình sung túc, cuộc sống của các bạn sẽ rất thành công. Vậy đừng để bị cột trói trong những tư tưởng nghèo nàn và buồn bã. Hãy cố gắng sống một cuộc đời hăng say và ý nghĩa. Hãy khiêm tốn. Và đối diện sự việc với nụ cười.

Khi các bạn đưa trí tuệ này vào hành động trong đời sống thường ngày, không chỉ cuộc sống của các bạn trở nên vui vẻ hơn và thành đạt hơn, mà các bạn cũng sẽ có thể góp phần to lớn cho hạnh phúc của thế giới và vũ trụ. Đây là cách chúng ta trở nên có ý nghĩa hơn những người chỉ ức đoán về thực tại của thế giới. Bằng việc đưa những lời dạy của Phật vào tu tập như thế, lời nói của các bạn trở thành chân lý và biểu hiện vào thế giới. Hãy thử điều này cho chính các bạn. Hãy nhìn những gì xảy ra khi các bạn đưa điều này vào tu tập.

Hãy nhìn vào lịch sử. Người ta đã tạo nên nhiều nền văn minh vĩ đại, nhưng trong nhiều trường hợp chúng không thể tiếp tục lâu dài và bây giờ chỉ tồn tại như một vài kiến trúc đổ nát. Nhìn vào những văn hóa này, các bạn có thể tự hỏi tại sao chúng sụp đổ và những gì đưa đến sự phát triển của chúng. Tất cả những việc này là kết quả của cách người ta sử dụng tâm của họ.

Chúng ta có thể thấy rằng, người đóng vai trò quan trọng trong sự phát triển của một nơi nào đó, họ đã tập trung trên cách cải thiện đời sống dân chúng của họ, ít nhất vào lúc đầu. Nhưng thời gian trôi qua, họ hay nền văn minh của họ quay ra bên ngoài, hướng theo vật chất. Đây là điều bất hạnh, vì chúng ta cần luôn luôn đưa ngược mọi sự vào bản thể của chúng ta. Rồi thì, trong lúc vận hành như một từ nơi đó, chúng ta tự động trở nên một với mọi việc chúng ta gặp phải.

Tuy nhiên, thay vì làm điều này, họ nghiêng về sự so sánh và đổ lỗi cho những người khác. Điều này khiến khởi lên tham muốn, bực bội, ghét bỏ và cuối cùng là tranh chấp. Sau đó chỉ là vấn đề thời gian để một nền văn minh như thế sụp đổ.

Như một giác giả xưa đã nói, "Nếu bạn giao phó mọi sự bạn đối đầu đến bản tâm bạn, không trách móc người khác, thì tôi sẽ trở lại đây." Nếu các bạn cứ đưa mọi vật về bản tâm, làm sao đức Phật hay chúa Jesus có thể tách rời khỏi bạn? Làm sao các bạn có thể là gì khác những người đã mở mang những nền văn minh và văn hóa vĩ đại này?

Mọi vật tùy thuộc vào bản tâm của chúng ta. Tất cả chúng ta có khả năng không ngờ như thế bên trong chúng ta. Nếu các bạn được sanh ra như con người, nó đã tiềm tàng sẵn bên trong các bạn. Thí dụ, bạn đã được phú sẵn khả năng thấy mọi vật, biết tư tưởng người khác, biết đời quá khứ - vị lai, nghe mọi thứ, và đi bất cứ nơi nào mà không động thân.

Tuy nhiên, hầu hết mọi người chỉ thấy những cái bóng của chân ngã. Vì không thấy được cái gì là thực chất, họ dễ dàng bị dẫn vào những con đường vô ích. Tiêu phí tất cả thời gian và năng lượng để tranh đấu với những thứ này, họ không bao giờ phát triển những khả năng vĩ đại sẵn bên trong chính họ.

Mặt khác, nếu chúng ta biết cách để tự do sử dụng những khả năng này, chúng ta có thể tạo ra những đóa hoa vĩ đại nở rộ qua quốc gia và thế giới. Văn hóa và tương lai của chúng ta sẽ thay đổi tất cả, và ngay cả ý tưởng về thám hiểm không gian sẽ thay đổi.

Hãy so sánh những khả năng vi diệu có sẵn này với máy móc như là những kính thiên văn, điện thoại, máy vi tính, máy chiếu phim... Năm thần thông có những phẩm chất giống như thế, ngoại trừ chúng hoạt động một cách tự động. Khi các bạn đưa một tư tưởng trở về bản thể của mình, nó lưu thông ở đó và rồi đi đến bộ óc nơi mà nó được gửi ra. Điều này được làm một cách tự động.

Nhưng thay vì cố gắng dựa vào bản tâm này, người ta lại bị trói buộc trong những phân biệt. Họ tranh cãi về Phật giáo và Ki-tô giáo, đấu tranh bằng những hình thức lố bịch. Những người mà họ coi khinh này thật sự không khác hơn chính họ.

Xuyên khắp thế giới, mỗi một vật có đời sống, vậy không có gì không phải là thành phần của nhất tâm. Chúng ở tất cả đấy trong nhất tâm và có thể vận hành như một, tự do cho và nhận bất cứ điều gì cần thiết. Và người ta vẫn còn gây phiền nhiễu khi nghĩ rằng tự chính mình đang làm mọi việc và cho rằng họ biết rành rẽ hơn người khác.

Sống như nhất tâm

Tôi bảo mọi người hãy sống hòa hợp, như nhất tâm, vì đây là con đường tiến tới duy nhất của chúng ta. Nếu không khám phá ra chân ngã của mình, các bạn không thể biết mình đang hành động theo nhất tâm hay đối nghịch với nhất tâm.

Nói cách khác, nếu các bạn không biết mình đang làm gì, các bạn không thể hiểu những người khác. Nếu các bạn không hiểu những người khác, làm sao các bạn có thể biết những nguyên tắc của vũ trụ hay yếu tính của pháp giới? Nếu các bạn không biết căn nguyên của chính mình, bạn không thể biết căn nguyên của vũ trụ. Nếu các bạn không biết căn nguyên của chính mình, các bạn không thể vận hành như nhất tâm, cũng sẽ không thể hiểu đời sống trên những hành tinh khác. Tất cả những vật tương tự ở đó – thu thập và xử lý kiến thức, chánh kiến... Mọi việc trên hành tinh này cũng có trên những hành tinh khác.

Nếu chúng ta có thể trở thành nhất tâm và vận hành cùng nhau một cách hài hòa, thì ngay cả giúp đỡ sự phát triển vũ trụ không phải là đặc biệt khó. "Phát triển vũ trụ" nghĩa là cung cấp những hạt giống ý thức tốt đến những hành tinh và những ngôi sao khác và giúp nuôi dưỡng những hạt giống này. Đây là sự phát triển. Nếu những hạt giống này thành công, thì nơi đó cũng trở nên thành phần của cộng đồng chúng ta. Mỗi một hành tinh, mỗi một ngôi sao cũng là chính tôi. Vậy không có nơi nào không phải là cộng đồng của tôi; không có thái độ nào không phải là thái độ của tôi và không có hình thể nào của đời sống không phải là đời sống của tôi.

Tôi đã nói điều này trước đây: Tia lửa của bản tâm chúng ta có thể thiêu rụi tất cả nghiệp và những sai biệt của vũ trụ. Điều này có thể được, vì bản tâm chúng ta được phú cho với mọi sự. Năng lượng, khả năng để mọi vật truyền thông, để tự động vận hành, để kết nối – tất cả những thứ này khởi lên từ vận hành cơ bản của bản thể chúng ta.

Một vài người nói rằng đời sống là vô nghĩa vì chúng ta chỉ có già và chết, mất mọi thứ vào lúc cuối. Tôi không thấy như thế. Đúng hơn, chúng ta vẫn tiếp tục; chỉ có thân chúng ta thay đổi. Người ta nói về cái chết, nhưng từ khởi thủy không bao giờ có bất cứ vật duy nhất nào được "sanh". Khi một ấu trùng rơi từ cây xuống đất, bởi vì nó muốn trở thành ve sầu. Nó không chết mà thay đổi hình dạng. Nó chuyển từ hình thể này qua hình thể khác, không chết hay biến mất.

Đất, nước, lửa và khí làm những vi sinh vật khởi lên và mọi vật khác được tạo ra từ đó. Bốn yếu tố thành hình chúng ta không phải xuất hiện từ không có gì. Chúng khởi lên từ bản thể, và chúng trở lại đó. Chúng ta được sanh ra vì bản thể hiện hữu và chúng ta ở đây bây giờ vì nó hiện hữu. Không có sống và chết; chúng ta chỉ tiếp tục thay đổi hình dạng và di chuyển từ đây đến đó.

Điều này luôn xảy ra từng khoảnh khắc, không gì còn lại như nhau, vậy làm sao nghiệp, căn, nhân quả, hay vòng tái sanh có thể tìm ra được chỗ để bám vào? Chúng ta thật sự không bị những thứ này trói buộc, chúng ta chỉ tự nhiên trôi theo nhịp điệu của những lượn sóng. Chúng ta chỉ tiếp tục chuyển động từ đây đến đó.

Hừm... m. Khi tôi nhìn quanh, vài bạn dường như không hiểu những gì tôi đang nói đến. Vậy thì hãy để tôi đi đến kết luận: Xuyên qua tu tập, các bạn cũng có thể trở thành một vị Phật. Nếu các bạn có thể trở thành một người chân thật, tự do, các bạn có thể hoàn toàn thay đổi mọi thứ trên thế giới, gồm cả tương lai của chúng ta. Không hề động thân, các bạn có thể cung cấp năng lượng để chấp nhận mọi người. Mọi người có khả năng này bên trong họ. Mọi người có nguồn năng lượng không thể ngờ bên trong họ. Với năng lực này, nó có thể kéo tới vật chất và tạo những hoàn cảnh đáng sống trong những nơi khắc nghiệt như Jupiter (sao Mộc). Thí dụ, các bạn có thể đặt cơ sở để giữ vững đời sống bằng cách tạo nhiều oxygen hơn ở đó.

Nếu chúng ta dựa trên bản tâm mình một cách thích hợp, chúng ta không những có thể giúp sự phát triển vũ trụ, mà còn có thể giữ thân thể khỏe mạnh. Nếu vài phần thân chúng ta bị hư hỏng, như gan hay ruột, chúng ta có thể giúp nó khôi phục. Theo lối này, người ta có thể sống lâu dài.

Năng lực bên trong chúng ta

Có một năng lực khởi lên từ sự tu tập sâu và kiên định, và nếu việc này trở nên đủ mạnh, chúng ta có thể tạo ra và sử dụng năng lượng từ những ngôi sao và hành tinh khác, "xa" và "gần" không tồn tại. Dù vài nơi có lẽ cách nhiều năm ánh sáng, tất cả đều ở trong lòng bàn tay của Phật. Tất cả đều ở ngay đây, vì không có gì không phải là chính các bạn.

Nếu chúng ta cố gắng đạt đến vật gì không qua bản tâm mình, thì dù nó ngay trước chúng ta cũng có thể cách ngàn dặm xa. Tuy nhiên, nếu qua bản tâm chúng ta trở thành một với sự việc thì dù cách xa ngàn triệu dặm, nó như thể ở ngay bên cạnh chúng ta.

Do đó, tại thời điểm quyết định này, các bạn phải biết cách chăm sóc mọi người cũng như hành tinh của chúng ta. Con đường nào ở phía trước sẽ giúp chúng ta mở mang đất nước và cả thế giới? Làm sao chúng ta có thể bảo đảm rằng sẽ có đủ năng lượng và tài nguyên? Các bạn cần biết rằng, chúng ta có bên trong mình năng lực để trả lời tất cả những câu hỏi này. Khả năng để cung cấp đủ năng lượng và những tài nguyên khác là ở trong chúng ta. Khi các bạn tu tập dựa trên bản tâm mình, cách chăm sóc tất cả những việc này sẽ trở nên rõ ràng đối với các bạn.

Ngày xưa, các bạn phải dùng thân mình để bảo vệ tổ quốc và làm những việc như chính trị hay thương mại. Nay, tất cả những việc đó có thể được làm mà không cần động thân. Các bạn có thể trở thành một với người khác và người khác có thể trở thành một với các bạn, vì tâm không hình tướng và không có gì để bám víu. Thời xưa, khả năng này được gọi là quyền biểu hiện. Thí dụ, để lãnh đạo xứ sở theo hướng tích cực, tôi cũng có thể trở thành một với Bộ trưởng Quốc phòng. Nếu tôi trở thành một với chính trị gia, thì như thể tôi đang cho họ mượn trí tuệ hay khả năng tinh thần vì thế họ có thể làm tốt cho xứ sở.

Tương tự, thời gian đã qua, khi có thể chọn người vào những vị trí như thế, chúng ta đã dựa vào bề ngoài của họ, bối cảnh của họ hoặc họ phát biểu hay thế nào. Thay vì chúng ta phải có thể hiểu tâm của họ. Chúng ta phải biết, qua bản tâm mình, làm sao để trở thành một với người và hoạt động cùng với họ.

Một người chú tâm về chính trị cần phải thấu hiểu về khía cạnh vô hình nằm dưới chính trị. Điều này có thể được gọi cái gì như thần linh không? Không, thật sự không! Nó không phải là điều này và không phải điều kia. Nhưng, nó có giữa mọi vật. Nó là bản tâm, có thể bao gồm và chăm sóc bất cứ gì trong toàn vũ trụ. Nó có thể đem vào và đưa ra bất cứ gì qua những giác quan, và nếu các bạn thấu hiểu tâm này, các bạn có thể trở thành một với những chính trị gia và hành động qua họ.

Không có gì không phải chính mình – không có cái đau nào không phải là cái đau của chính tôi, không có hoàn cảnh nào không phải là hoàn cảnh của tôi, không có lời nào không phải là lời của tôi. Vậy làm sao các bạn có thể không trở thành một với ai đó? Vì thế, chúng ta có thể thay đổi chiều hướng của xã hội, chúng ta có thể bảo đảm sự phát triển ngay thắng, và chúng ta có thể bảo đảm rằng văn minh của chúng ta nở rộ và hài hòa.

Thí dụ, có những sâu bọ và ký sinh trùng làm hại cây cối và thú vật, đúng không? Qua bản tâm các bạn, các bạn có thể gom tư tưởng của chúng lại với nhau và giúp chúng tiến hóa. Nếu các bạn có thể làm điều này, thì các bạn có thể dùng phương pháp này để bảo bọc mọi sự. Không có ai và không có gì các bạn cần ném bỏ. Nếu không, các bạn sẽ phải xua đuổi rất nhiều thứ, cố gắng để dẹp trừ chúng từng cái một. Đúng là có rất nhiều vật để đối phó với chúng như thế.

Hãy làm sâu sắc chính mình

Nếu các bạn hoàn thiện mức độ các bạn đang sống, đem tất cả những vật mà bạn ném bỏ hay loại trừ, vào lò nung vĩ đại bên trong các bạn. Ở đó, chúng sẽ tan chảy hết và sẽ trở ra thành vật gì đó tốt đẹp.

Các bạn sẽ không bao giờ có thể khởi lên mức độ của bạn bằng cách lợi dụng thế giới vật chất, hay qua kiến thức thông thái hay khéo léo. Hãy đem tất cả những gì các bạn biết, và tất cả những gì các bạn đã học được, ném gọn chúng vào lò nung này, rồi, chân ngã của các bạn sẽ đến rõ ràng và mức độ của các bạn sẽ thay đổi.

Những gì tôi đang nói là đời sống của các bạn ngay bây giờ, đúng như nó là, nên thiền định và thiền định trong hành động. Vậy hãy sống trong khi đem tất cả mọi việc xảy đến trong đời và hoàn toàn đưa nó vào lò nung này. Đừng để các bạn đau đầu vì tìm quanh ngoài chính mình, theo đuổi những hành giả nổi tiếng, đi tìm xá-lợi linh thiêng để thờ phượng hay tìm những nơi "đặc biệt" để tu tập.

Căn nguyên của mọi sự là gì? Tất cả đều khởi lên từ chân ngã của chúng ta. Chân ngã này nhận thức và đáp ứng mọi việc qua các giác quan của chúng ta. Nó là người làm mọi việc, người dẫn lối và chăm sóc chúng ta qua hàng tỉ năm không kể xiết. Bây giờ, các bạn biết nó làm gì, hãy tin tưởng rằng nó sẽ chăm sóc các bạn. Sống như thế là cốt tủy của thiền định. Và nếu các bạn cứ làm điều này, điều mà các bạn đang tìm sẽ bộc lộ.

Nếu các bạn phải thiền định bằng việc ngồi xuống và tréo chân thì ngay khi các bạn đứng lên, thiền định của các bạn kết thúc. Làm sao điều đó có thể thật sự được gọi là Thiền? Ngồi thiền và những tập luyện thể chất khác có thể đôi khi hữu dụng, và nếu các bạn luyện tập thân thể đủ chăm chỉ, hay ngồi đủ lâu, tư tưởng của các bạn sẽ lặng xuống và bạn cảm thấy bình an. Nhưng điều ấy không đủ. Điều đó không bao giờ dẫn các bạn đến ý nghĩa vĩ đại. Những loại tu tập này không bao giờ có thể giúp các bạn xuyên thấu núi bạc vách sắt.

Hãy giao phó thẳng mọi sự đến bản thể của các bạn, không sót vật gì. Hãy biết rằng dù mọi vật đến hay rời các bạn, không có nơi nào thậm chí một mảnh nhỏ nhoi nào của ô uế để dính vào. Đừng để bất cứ gì ngáng chân các bạn, kể cả những gì các bạn nghe từ bên trong. Nếu các bạn nghĩ có thể chấp nhận việc trộm tài sản của người khác vì dường như chân ngã các bạn nói thế, vậy thì, đó đúng là vô tội. Bất cứ ai sanh ra làm người ít nhất có một cảm nhận cơ bản về công bằng, quang minh chính đại và thích hợp. Vì vậy tôi không cần phải nói nhiều hơn về những việc như thế, những việc quá xa ngoài lãnh vực cảm nhận thông thường.

Người nghiêm túc với sự tu tập cần ném mọi việc vào lò nung này, đó là bản tâm của chúng ta, gồm cả những ý tưởng của Phật giáo, Thiên chúa giáo, Hồi giáo... Tan chảy tất cả ở đó, rồi những gì khởi lên trở lại từ đó, sẽ là kho tàng của thế giới này.

Danh hiệu được tạo ra bởi sự chia chẻ sự vật, nhưng có gì có thể tồn tại bên ngoài chân lý? Không. Con tàu các bạn đang ở không phải là con tàu hạnh phúc. Các bạn còn chẳng biết nó đi đâu. Các bạn chỉ bất lực mà lênh đênh theo nó. Trên mặt biển mênh mông này, các bạn còn không biết mình ở đâu, không kể mình từ đâu tới. Chỉ trôi theo những vật này, không bao giờ các bạn thử nhìn bên ngoài chiếc tàu. Không biết tàu đến từ đâu, đang đi đâu, làm sao các bạn có thể chắc chắn về ý kiến của mình, khăng khăng rằng các bạn biết rất nhiều, chỉ trích người khác và tham dự vào mọi cuộc tranh cãi?

Hãy so sánh trái đất với thân thể của các bạn. Trái đất cũng có những cơ quan hoạt động như bao tử, gan, thận và ruột. Để mỗi bộ phận được sống sót chúng phải hợp tác với nhau. Chúng phải làm việc với nhau, nhưng điều gì xảy ra nếu chúng luôn tranh cãi với nhau? Nếu chúng bắt đầu đặt yêu cầu những vùng khác nhau và xây tường bao quanh "cái của tôi" và "cái của anh", thân các bạn sẽ chết!

Trái đất cũng sẽ chết nếu sự việc giống như thế xảy ra. Nếu một nơi xấu đi, chẳng bao lâu mọi vật tùy thuộc mảnh đất đó sẽ sụp đổ. Nhưng nếu những tâm hồn trở thành một và hài hòa, thì có thể ngăn chận được sự sụp đổ đó. Rồi chiều hướng của xã hội cũng sẽ thay đổi.

Hãy lắng nghe! Khi các bạn không biết cả việc chăm sóc chính mình, khi các bạn tranh cãi với những người khác và tự khép kín với họ, làm sao các bạn có thể thấy rõ ràng, nghe rõ ràng, và đáp ứng khôn ngoan ngay cả với gia đình mình, nói gì đến xã hội, thế giới hay vũ trụ?

Đó là sự quý báu thật sự

Phật giáo là gì? Đó có phải dạy các bạn giao phó cuộc đời quý báu của mình cho mê tín không? Một việc như thế có thể gọi là Phật giáo sao? Tôi biết có vài người ở đây đã mua bùa hộ mạng, giữ chúng trong gối hay bỏ chúng trong túi khi đi. Ngừng làm thế đi! Các bạn được sanh ra là một người quý báu – người sẽ làm việc lạ lùng trên thế gian này. Các bạn có muốn phí thời giờ ở đây với những mảnh giấy vô dụng không? Tại sao các bạn giao phó đời sống quý báu của mình cho những điều đó? Dựa vào những vật bên ngoài mình như bùa hộ mạng có thể khó là một tôn giáo thật sự. Các bạn cần hiểu cái gì là thật sự tiếp tục – các bạn cần hiểu bản tâm của mình – và các bạn cần đưa sự hiểu biết này vào hành động.

Tâm quý báu nhất này của chúng ta là cái cho phép chúng ta thở ra hít vào, cử động và sống với đầy sinh khí. Đó chính là đức Phật. Nếu chúng ta giao phó một tư tưởng đến bản tâm quý báu này của chúng ta, nó sẽ đưa ra trở lại như pháp. Nếu chúng ta áp dụng điều này đến những việc trong đời sống chúng ta, nó sẽ biểu hiện ra thế giới.

Thông thường, khi các bạn nhìn chư Phật, chư Hộ pháp, bác sĩ, quan tòa..., sẽ tự động nghĩ rằng họ tách rời với các bạn. Tuy nhiên, bằng sự giao phó một tư tưởng đến bản thể của các bạn, các bạn có thể trở thành tất cả những người này. Các bạn có chỉ tin vào những gì các bạn có thể thấy bằng mắt không? Thật sao? Bên trong thân các bạn, ngay bây giờ, có hằng tỉ sinh vật đang làm việc vô hình nhân danh các bạn. Tất cả chúng đang phục vụ các bạn. Các bạn – người lãnh đạo, CEO. Các bạn có tưởng tượng là các bạn thiêng liêng và thú vị thế nào không?

Những tôi tớ đang chăm sóc thân thể các bạn đã đặt sự canh phòng quanh mỗi tế bào, bảo vệ chúng khỏi sự xâm nhập từ bên ngoài. Tại sao các bạn bỏ sau lưng những tôi tớ này, người bảo vệ các bạn không ngừng, và thay vào đó lại cố gắng dựa vào những người khác? Tại sao các bạn không cố gắng dựa trên bản thể của mình?

Khi các bạn bị thương hay đau ốm, có lẽ cần gặp bác sĩ, nhưng hãy trở thành một với bác sĩ ấy! Tâm các bạn phải trở thành một với bác sĩ ấy, cũng như với những chúng sanh trong bạn bị đau. Thế thì thân thể các bạn không bị thiệt hại, và cho dù các bạn có bệnh, nó không gây ra những vấn đề lớn. Nếu các bạn có thể trở nên nhất tâm và hoạt động hài hòa với những sinh vật bên trong các bạn, bệnh tật có thể hoàn toàn biến mất.

Điều này áp dụng cho mọi khía cạnh của đời sống chúng ta, trong nhà và ngoài xã hội, cũng như những bệnh tật. Thí dụ, cho dù các bạn đang làm thơ, nên là những bài thơ sống có năng lực chạm vào lòng người, đừng làm người xuất hiện với những bài thơ chết, khéo léo. Bất kể các bạn đang sáng tác, nhảy múa hay làm bất cứ gì, nó phải là việc sống động! Nếu nó chết, nó vô dụng, vì nó không thể kết nối sâu với con người.

Vui lòng cẩn thận lắng nghe, dù tôi không thể nói hùng biện. Nếu tôi đang nghĩ về việc cố gắng xuất hiện với những lối ngụy biện hay khéo léo để diễn tả chính mình, lời của tôi sẽ vô dụng. Chúng sẽ thiếu sự kết nối sâu xa với chân lý mà những ngôn ngữ sống có được. Chúng sẽ không có năng lực thật sự để giúp người khác. Vui lòng hiểu nguyên tắc này.

Tôi không nói với các bạn về những việc này ngoài hy vọng vài việc đối với chính tôi, hoặc trong đời này hay kế tiếp. Cho dù năng lượng tôi bị tiêu phí để cho các bạn sự chỉ dẫn chân thật sâu xa, cảm giác như nó có thể được đo bằng những cốc máu của tôi, tôi không cần. Các bạn có biết tại sao không? Bởi vì chúng ta phải đối mặt bất cứ cái gì, đương đầu với chúng mà không sợ sệt. Dù các bạn đang đứng trước những mũi kiếm, chông gai, hay những cánh đồng đầy sỏi đá, đừng nao núng gì cả. Tốt nhất là các bạn đi tới, dùng tất cả chúng như vật để tu tập. Các bạn sợ gì chứ? Dù các bạn chết trẻ hay chết già, các bạn vẫn phải chết một lần. Nếu các bạn có thể buông sự sợ chết, thì không có gì các bạn không thể làm. Không gì có thể dọa nạt các bạn.

Và còn nữa, ngay cả cái chết không phải là cái gì phi thường; nó chỉ là thay đổi hình dạng. Tôi không thể bắt đầu mô tả các bạn đã chết và thay đổi hình dạng bao nhiêu lần. Ngay chính trong đời này, các bạn đang tiếp tục chết và thay đổi, chết và thay đổi, từng chút từng chút, cho đến khi, thình lình, các bạn thay đổi một lượt. Đây là cách chúng ta sống. Vật duy nhất giữa tất cả việc này không thay đổi là Chủ nhân Không của các bạn, bản thể của các bạn.

Có lẽ các bạn đã gặp những người cho rằng không có gì quan trọng hơn tiền. Tôi cố giải thích cho họ rằng tiền không phải là vật sở hữu của chúng ta, chúng ta chỉ điều khiển nó trong thời gian ngắn. Nhưng họ không muốn nghe điều này. Khi tôi bảo họ rằng có một vật thường xuyên bên trong chúng ta, luôn luôn làm việc nhân danh chúng ta, họ không có ý kiến nào về những gì tôi nói. Khi vài người nghe rằng tiền và tài sản là của chúng ta chỉ trong thời gian ngắn, họ đáp ứng bằng sự bám chặt hơn nữa.

Còn những người khác trả lời bằng sự tiêu phí tiền bạc, xài như nước. Phù!! Người ta có nhiều cách và trình độ suy nghĩ khác nhau! Tuy nhiên, các bạn nên biết tiêu tiền một cách khôn ngoan thật sự khó hơn kiếm ra nó. Nếu các bạn muốn có nhiều tiền, tốt hơn các bạn hãy bắt đầu bằng sự học cách tiêu nó khôn ngoan.

Người ta đi tù vì trộm chỉ một ổ bánh mì, phải không? Một miếng bánh mì có thể thật sự đáng chịu hình phạt thế không? Nhưng quyết định này chỉ tốn một tích tắc. Chỉ một tư tưởng, một quyết định có thể hoàn toàn thay đổi đời chúng ta. Ngày xưa, Jesus bảo những người muốn lên vương quốc của Ngài hãy tiến tới, bỏ lại sau lưng tất cả tài sản của mình. Đức Phật cũng nói rằng những ai muốn bảo đảm sự tu tập này nên đặt qua một bên những ràng buộc vào gia đình và của cải.

Các bạn có nhận ra khởi một tư tưởng tốt có thể quan trọng đến thế nào không? Tại sao các bạn để năng lượng nhiều như thế bị che đậy trong những đối tượng của tham dục, nghĩ rằng chúng sẽ mãi mãi là của các bạn? Làm sao tôi có thể diễn tả sự tuyệt vời biết bao khi không có "cái của tôi" và "cái của anh"? Khi mọi vật trọn vẹn đúng như nó là? Các bạn phải hiểu là không có gì là của các bạn, tất cả tùy thuộc vào cái căn bản đang làm mọi việc. Ngay cả thân này không phải là của các bạn. Nó hoạt động vì chân tánh của các bạn, vậy các bạn phải giao phó mọi sự về nó đến chân tánh của các bạn.

Ngày xưa, thiền sư Cảnh Hư Tánh Ngưu gặp mấy cậu bé đang gom củi trong núi và đánh cuộc với chúng rằng chúng không thể đánh được ngài. Nếu chúng đánh được, ngài sẽ cho chúng mấy đồng bạc. Rồi chúng vung tay đánh ngài, nhưng ngài lắc đầu, nói chúng đánh trượt. Những cậu bé ngưng thử và bắt đầu la hét, cảm thấy như ngài đang lừa gạt chúng. Do đó, thiền sư Cảnh Hư lấy ra mấy đồng, "Được rồi! Đây là tiền ứng trước. Cứ thử đánh ta." Điều này có vẻ như chỉ là một chuyện ngớ ngẩn, nhưng nó không nhiều lắm.

Các bạn có bao giờ nghe bày tỏ rằng, nếu các bạn thật sự muốn học điều gì, bạn phải trả công cho nó không? Các bạn không thể tưởng tượng sự khó khăn các bạn phải trải qua, hay bao nhiêu công đức các bạn tích lũy được để đạt đến điểm này, nơi các bạn đã sẵn sàng và những hoàn cảnh có ngay cho các bạn học về sự tu tập dựa trên bản tâm mình. Vậy điều mong muốn sâu xa nhất của tôi là các bạn sẽ đem những gì tôi nói hôm nay, đưa nó vào thực hành một cách miên mật, đến khi các bạn hiểu điều này đối với các bạn rất quan trọng.

Cám ơn các bạn. Hôm nay hãy ngừng ở đây.

3.

Thành một với vũ trụ

Ngày 03 tháng 11 năm 1996

*Những gì bạn giao phó
có thể chuyển động thế giới*

Cứu độ tất cả chúng sanh

Tôi muốn cám ơn mọi người về việc làm quá vất vả để buổi pháp thoại tại sân vận động Olympic ở Seoul được thành công như thế. Tôi luôn ở hải ngoại, nên nói lời này trễ; tuy nhiên, cám ơn các bạn. Lời nói không đủ để diễn tả thế nào sự biết ơn của tôi với các bạn.

Tôi ngờ rằng một số bạn vẫn chưa khôi phục. Các bạn kéo thân mình đến đây chỉ theo ý chí. Chúng ta có những ý tưởng này là rất quan trọng; không có nó, thân chúng ta chỉ là một xác chết.

Sau pháp thoại ở Seoul không bao lâu, tôi đi Đức để giảng một số nơi, và rồi đi thẳng đến Canada để mở một Trung tâm Toronto mới. Tôi rất mệt, tôi không biết gì về vùng tôi đang ở! Sau đó trở về Đại Hàn, tôi thức dậy trong đêm và không tìm ra ngay cái cửa trong phòng của mình! Tôi cười sau khi dậy một chút – không có tâm này của chúng ta, thân thể chỉ chập chững loanh quanh như một rô-bô.

Nếu hiểu điều này, thì các bạn có lẽ sẽ thông cảm tại sao tôi đã mở nhiều chi nhánh, và tại sao tôi luôn năn nỉ các bạn khám phá bản tâm này của các bạn mà đôi khi tôi gọi là Chủ nhân Không. Nếu nhân loại sống còn, thì cả hai người sống cũng như chết cần trở thành một tâm và làm việc với nhau để bảo vệ trái đất.

Tôi đã mở nhiều trung tâm trên khắp thế giới để giúp người trong những vùng đó thoát khỏi trói buộc của ý thức. Thường có nhiều người chết trong chiến tranh và tai họa, ở phút lâm chung, họ bị dính mắc vào nơi đó. Như thế, chúng ta làm việc để mở cánh cửa cho họ trở thành nhất tâm. Cũng thế, có nhiều người sống dính mắc vào tư tưởng, và họ có thể giải thoát nhờ trở nên nhất tâm. Dù không dễ làm điều này, khi chúng ta thành lập một trung tâm, nó trở thành một với sự vận hành của vũ trụ, và kết nối trực tiếp với mọi sự trong nó.

Thực hành chân thật là đạo. Thật tâm đưa những gì bạn biết vào tu tập là Đạo! Không có áp dụng, không có tiến bộ về Đạo. Hiểu biết chưa đủ. Những chiêm tinh gia và tâm lý gia bị gọi là tiểu nhân vì họ chỉ có thể nói cho bạn những gì sẽ xảy ra, nhưng họ không thể làm gì về nó.

Ở đây tại trung tâm An Dưỡng và trong những trung tâm khắp thế giới, chúng ta đang làm việc để thức tỉnh những người say ngủ, và giải thoát những người bị trói buộc. Theo lối này, tôi hy vọng rằng mọi người ở đây có thể học để làm việc với nhau như nhất tâm, và dùng sự tu tập của các bạn đi vào thế giới giúp đỡ người ta.

Vậy, khi chúng ta hội họp với nhau, tôi luôn bảo các bạn tập trung vào bên trong thay vì nhìn bên ngoài mình, để mỗi việc đều được hoàn thành bằng chân tánh của các bạn, Chủ nhân Không của các bạn. Nếu các bạn nhìn những ngọn đồi, sẽ thấy bất kể xa thế nào, chúng vẫn được kết nối với nhau, phải không?

Cũng thế, các bạn phải nhận ra rằng lãnh vực vật chất và lãnh vực vô hình luôn vận hành như một. Chúng không tách biệt. Ý thức và thân thể các bạn có hoạt động tách rời nhau không? Không, dĩ nhiên không. Chỉ vì mục đích muốn cho mọi người di chuyển mà tôi nói những việc như 'Mau lên và hãy rời đồi này đến đồi kia'. Ở đây, đồi này là lãnh vực vật chất, và đồi kia là lãnh vực tinh thần hay vô hình. Nếu các bạn nhận ra cõi tinh thần, bạn sẽ lập tức hiểu nó vận hành như một với cõi vật chất thế nào. Vì thế tôi nói với các bạn, hãy mau lên, thức tỉnh và vượt qua đồi kia.

Khi các bạn tu tập cố để Chủ nhân Không của các bạn trình hiện, mọi vật sẽ bắt đầu cộng thông qua nó. Tuy nhiên, nếu các bạn chỉ tìm và theo những khía cạnh vật chất, thì bạn không thể cộng thông hay trở thành một tâm với mọi sự. Như thế, không có gì các bạn làm sẽ tạo ra công đức chân thật. Nếu chỉ những tế bào của thân các bạn trở thành một tâm và làm việc với nhau, điều này sẽ làm khởi lên công đức cho phép các bạn làm tròn vai trò của một Bồ tát.

Tuy nhiên, nếu những tế bào đó tranh cãi với nhau và mỗi tế bào đi theo lối riêng, không bao lâu toàn thể sẽ tan vỡ. Giống như những công ty và những tổ chức. Nếu mọi người trong công ty hợp tác và làm việc hài hòa với nhau, công ty sẽ tốt đẹp. Nhưng nếu mọi người tranh cãi và lục đục, công ty sẽ hầu như không có tương lai. Do đó, tôi nghĩ điều cốt yếu là có những nơi thanh cảnh để tu tập, nơi mà mọi người có thể làm cho trở thành một tâm với tất cả chư Phật và vũ trụ, và vì thế có thể giữ vững và bảo vệ trái đất.

Nếu không khí của trái đất nóng lên, áp suất cuối cùng sẽ tạo ra những lỗ thủng cho bầu khí quyển. Nếu điều này xảy ra, băng đã được giữ đông cứng hằng ngàn năm sẽ bắt đầu tan chảy nhanh chóng, và mọi vật sẽ thay đổi. Hệt như toàn thế giới bị xé ra từng phần. Chúng ta có sẽ giống như những con kiến tránh lụt, chống chỏi và trèo tìm mảnh đất cao không? Bây giờ tôi nêu việc này lên để các bạn có vài ý tưởng tại sao tôi đi du lịch nhiều thế và ban pháp thoại khắp nơi.

Những gì tôi nói hôm nay về sự dựa trên bản tâm các bạn là hệ trọng vô cùng. Tôi không đùa đâu. Nếu ý nghĩ tu tập của các bạn là đi quanh thăm viếng chùa chiền như một du khách, có lẽ cúi mình vài lần trong chánh điện này hay miếu nọ, thì mọi sự các bạn là một với – thân thể bạn, gia đình bạn, đất nước bạn – sẽ bị xé rách từng mảnh. Không phải quá lời khi nói rằng mọi vật hiện tồn tại sẽ trở về lòng đất, hầu như một kỷ nguyên mới có thể bắt đầu.

Trong quá khứ, thế giới thay đổi chỉ qua lũ lụt, hỏa hoạn, chiến tranh và vô số người chết. Nhưng bây giờ chúng ta có thể dùng tâm mình để thay đổi sự vật, không phải xuyên qua những tai họa. Mọi vật thay đổi tùy theo cách các bạn dùng tâm mình.

Nhu cầu là khẩn cấp

Trong lần thăm nước Đức vừa rồi, tôi nhận thấy số lượng khổng lồ dân chúng đã chết ở đó trong những cuộc chiến tranh tôn giáo. Mặc dù tôi đã kiệt sức, tôi tiếp tục đi từ nơi này đến nơi nọ, nói chuyện với cả người chết vẫn bị ràng buộc bởi những biến cố của bốn trăm năm trước, và những người sống bị ràng buộc bởi những tư tưởng của riêng mình. Tôi bảo họ cách để có thể giải thoát, và mở toang cánh cửa đã cầm tù họ. Trong những người chết dính mắc vào những nơi ấy, có nhiều tu sĩ nam nữ đã bị tra tấn đến chết.

Tôi sẽ trở lại câu chuyện này trong chốc lát, nhưng trước hết hãy để tôi nói việc khác. Có người hỏi tôi tại sao, khi cử hành lễ 'tiến độ' (Cheondo – cầu siêu) chúng ta đặt một cái dĩa bánh gạo hấp. Bởi vì khi sống trong thế giới này, thói quen ăn uống trở thành thâm căn cố đế bên trong chúng ta; đến nỗi nhiều người không thể bỏ qua nó cả sau khi chết. Bởi vì ý tưởng cần thức ăn để sinh tồn này, những linh hồn thường ở lại rất gần con cái hay người thân. Như thế họ không thể tiến bộ trên con đường riêng, và trong tình trạng mơ hồ của họ, họ thường vô tình gây hại đến gia đình và con cháu của họ.

Nhiều chùa khác viết tên của người chết vào một tờ giấy cầu siêu và treo chúng trong Pháp đường, nhưng chúng ta không làm thế ở đây. Thay vào đó, chúng ta thuyết pháp cho người chết trong vòng một trăm ngày, ngõ hầu họ có thể tiến lên. Cơ bản, đây là thời gian đặc biệt để chỉ dạy, nơi chúng ta đang mời họ thấy, nghe, và kinh nghiệm chân lý của nhất tâm này.

Tuy nhiên, nếu các bạn viết tên của họ vào một mảnh giấy và để trong Pháp đường, thật sự có thể giữ những linh hồn đó ở đây. Nói thẳng ra, họ bây giờ phải nhận sự cho phép từ người sống để tiến lên, họ cần quyền cho phép từ những lãnh vực vô hình. Đây là lý do khi chúng ta có một cuộc lễ cho người qua đời, chúng ta viết giấy cầu siêu cho họ chỉ trong ngày đó, và rồi đốt nó sau cuộc lễ. Nếu chúng ta cần có một lễ khác cho họ sau này, thì chúng ta viết một tờ cầu siêu mới cho họ vào lúc đó. Mọi người nên nghĩ sâu về lý do chúng ta làm điều này.

Trong những trường hợp nơi những gia đình không có tiền để lo lễ trăm ngày theo truyền thống, chúng ta bảo họ chỉ giữ lễ 49 ngày và chúng ta lo tất cả sự chỉ dạy cần thiết trong lúc đó.

Cũng thế, đối với những gia đình nghèo, đôi khi tôi sẽ hướng dẫn người chết đến những công việc và phân công để có thể giúp họ tái sanh trong thế giới này như một đại nhân, như người có thể tu tập thật sự. Khi họ dùng sự tu tập để giúp đỡ người khác, ánh sáng của việc đó cũng giúp mọi người có nghiệp duyên với họ, gồm cả gia đình họ từ đời quá khứ. Trong lối này, thế hệ con cái của họ trở nên thông minh hơn cùng với mỗi thế hệ tiếp theo. Ha! Khi tôi nói "đại nhân", bạn nghĩ đến người mặc pháp phục tu sĩ phải không? Nhưng điều này không cần thiết để người ta là một đại nhân.

Theo Bồ tát Đạo có nghĩa không hại những người yếm thế khác. Nhưng hơn thế nữa, nó có nghĩa những gì các bạn làm cho người khác chỉ vì ích lợi cho họ. Ngược lại, các bạn sẽ không thể làm tròn vai trò của một Bồ tát. Tại sao? Bởi vì vũ trụ không chấp thuận cho các bạn, và vì vậy nó cũng không cho các bạn quyền cần thiết để làm tròn thật sự vai trò Bồ tát. Những hành động của một Bồ tát không phải là việc các bạn có thể làm chỉ vì mình muốn.

Khi chúng ta có thể thật sự làm nhiệm vụ trên một nửa của toàn thể, thì chúng ta có thể mở cửa cho tất cả tổ tiên chúng ta, mở mắt và tai của họ. Chúng ta có thể cộng thông như một với mọi sự trong mọi nơi chúng ta thăm viếng, và vì thế có thể giải thoát những linh hồn bị dính mắc vào những nơi đó. Chúng ta có thể lay tỉnh họ khỏi những tư tưởng đã trói buộc họ, cho phép họ tiến tới trên con đường riêng của họ.

Khi tôi đến Đức và ở tại trung tâm của chúng tôi ở đó, linh hồn của một nữ tu thình lình xuất hiện trước tôi. Cô ta bắt đầu nói rất lâu về biến cố lịch sử mà tôi chưa bao giờ nghe. Thật sự có nhiều việc tôi không biết, nhưng nếu tôi gặp và cần biết về chúng thì chúng trở nên rõ ràng đối với tôi. Dù sao, tôi chỉ lắng nghe một lúc, và rồi hỏi cô ta là ai.

Cô ta đáp, "Tôi đã sống ở đây khoảng 350 năm." Rồi tôi chuyển hướng hỏi cô ta tại sao cô ta đến thăm tôi. Cô ta kể cho tôi câu chuyện sau:

"Lúc tôi sống ở đây, có một cuộc chiến tranh tôn giáo lớn đã giết hết phân nửa dân chúng sống trong vùng. Rất nhiều người bị bệnh, chết đói, hay bị thương trong những ngày ấy, nữ tu chúng tôi trông coi nhà thờ nhỏ ở đây, lập ba trại lớn chăm sóc bệnh nhân. Chúng tôi giăng những tấm bạt để người trú ẩn tránh mưa nắng. Và chúng tôi chăm sóc hết sức mình những người bệnh và chết. Tuy nhiên, cuối cùng nhiều người đến sỉ nhục chúng tôi khủng khiếp. Họ giết chúng tôi và chôn tại chỗ này. Nhiều người khác cũng bị tra tấn và giết ở đây, họ được chôn với chúng tôi. Từ đó đến nay, chúng tôi không thể rời nơi này. Bây giờ Sư bà ở đây, có thể giúp chúng tôi rời đi chăng? Sư bà có thể mở cửa cho chúng tôi không?

Tôi trả lời, "Ôi bạn thân, bạn đã chậm tiến rồi. Trong cả hai lời giảng của đạo Thiên Chúa và Phật giáo, mọi người được kết nối bên trong. Không ai tách rời khỏi người khác, vậy tại sao bạn lại cần tôi mở cửa cho bạn?" Rồi tôi giải thích hồi lâu cho cô ta về một tâm kết nối tất cả chúng ta.

Sau khi nghe xong, cô ta chạy vào Pháp đường, cúi lạy ba lần, và rồi ném pháp y lên bức tường của khu vườn (Bên cạnh Pháp đường có một bãi cỏ và vườn rộng được bao quanh bằng một tường bê tông).

Chúng ta cần hiểu tại sao những linh hồn dính mắc như thế và không thể tiến lên, để có thể giải thoát họ như một nhóm (thay vì từng người một). Từ lâu, tôi đã thấy tại nghĩa trang quân đội có nhiều linh hồn mắc vào đó, không thể tiến lên. Tôi nhận ra rằng tôi cần phải gom họ lại với nhau và giải thoát họ để họ có thể mỗi người tiến trên con đường riêng của mình.

Cuối cùng, tôi đã thực hành điều này tại những nghĩa trang, đặc biệt là nghĩa trang quân đội ở Hàn quốc và hải ngoại. Chúng ta cần phải cứu độ tất cả chúng sanh, cả những người không nhận ra họ bị dính mắc. Nếu nghĩ, chỉ những chúng sanh đó mới đến mong bạn cứu giúp thì không đúng theo lời Phật dạy.

Nếu bạn cứu một thân xác, bạn lập tức cứu tất cả những chúng sanh trong đó. Cứu độ một số lớn chúng sanh một lần là như thế. Các bạn có thể giải thoát tất cả những linh hồn đó tùy thuộc vào khả năng mà các bạn dựa vào bản tâm riêng mình, và qua đó, trở nên một với mọi sự. Những linh hồn xuất hiện vì họ biết ai có thể giúp họ. Những linh hồn đó không đang bước đến các bạn, hay đi từng bước vào một thời hạn. Chúng xảy ra ngay, vì tâm chuyển lập tức.

Những gì bạn giao phó có thể chuyển động thế giới

Vui lòng đừng đối xử với bản tâm chúng ta như thể nó là vật các bạn có thể bỏ qua hay không có ý nghĩa đặc biệt với các bạn. Bất kể điều gì, các bạn phải tu tập cùng với mọi vật trong bản tâm mình, cho đến khi cả một tư tưởng nhỏ bé, lặng lẽ được giao phó vào đó có thể được đưa trở ra và chuyển động toàn thế giới. Đây là lý do tôi thường chỉ dạy và năn nỉ các bạn học dựa trên bản tâm mình.

Hiện nay, khắp thế giới, sự ô nhiễm trở nên tồi tệ hơn trước. Tôi không biết thuật ngữ khoa học chính xác về những việc này, nhưng nếu sự ô nhiễm càng xấu đi, bầu khí quyển sẽ nóng lên và những lỗ hổng thành hình trong những tầng bảo vệ khí quyển. Điều này sẽ mở đường cho thiên tai khủng khiếp xảy ra, bao gồm lũ lụt lớn. Ngay bây giờ ô nhiễm đang gây ra những vấn đề nghiêm trọng. Nếu nó tiếp tục, chúng ta sẽ phải hoàn toàn bắt đầu cuộc sống của mình từ số không. Rác rến và những loại như thế không phải là nguồn ô nhiễm duy nhất. Thí dụ, người ta đã trồng những trụ thép làm cáp treo trên núi, và những thứ này cũng là một hình thức của ô nhiễm.

Những bác sĩ khéo léo sẽ cắt đi chỉ những phần hư hỏng. Nhưng các bạn có muốn nằm dưới con dao của một bác sĩ chưa hề đến trường y và không biết gì về giải phẫu không? Bây giờ chúng ta có những người không thể nói sự khác nhau giữa sự cắt ven (vein) và động mạch, đang vào những ngọn núi và trồng những cột thép mọi con đường. Làm sao điều này có thể không ô nhiễm? Bạn có thể tưởng tượng sự hư hỏng do những con người tự nghĩ họ là bác sĩ, nhưng không thể nói cả từ phải đến trái, tạo nên không?

Tuy nhiên, có thể ngăn chặn sự hư hỏng đó, ô nhiễm đó nếu chúng ta dùng tâm mình một cách khôn ngoan. Tâm chúng ta cũng có thể tái kết nối những tế bào đã bị cắt rời. Khả năng của bản tâm này nơi chúng ta rất to lớn và không thể ngờ nổi, nó có thể thật sự làm bất cứ gì.

Trong thân chúng ta, ruột, kết tràng, và những cơ quan khác cộng thông và làm việc với nhau để làm chúng ta sống. Trái đất cũng như thế, có một kênh kết nối Bắc cực và Nam cực, một kênh lập trình và thải những sản phẩm vô dụng.

Những từ "trống rỗng" và "vững chắc" như chúng thường được hiểu không hoàn toàn thích hợp ở đây. Tôi không chắc về những từ đúng hay những khái niệm khoa học tôi cần để trình bày chính xác điều này, nhưng mặt trăng và mặt trời cũng có những 'kênh' như thế, cho phép chúng vận hành chính xác. Những thứ này cũng giữ cho mặt trời khỏi bành trướng quá nhiều hay bùng cháy quá nhanh. Khi những kênh này hoạt động trơn tru, đời sống của những hành tinh và mặt trời được kéo dài, nhưng khi chúng không thế, đời sống của chúng thu ngắn lại. Những vận hành này tốt ra sao tùy thuộc vào sự dụng tâm của chúng ta thế nào. Nó như thế vì tâm chúng ta và vũ trụ nối kết với nhau. Chúng ta dụng tâm tốt thế nào cũng là điều quyết định, dù ô nhiễm có hại chúng ta hay không.

Tôi hiếm khi nói về những việc này trong quá khứ vì người ta có một thời gian khó để chấp nhận chúng. Thay vào đó, những gì tôi nói, họ chỉ cho tôi là điên và ngu. Điều này cũng xảy ra khi tôi nói rằng cả trái đất và mặt trăng "trống rỗng", và điều đó bị hiểu lầm nghiêm trọng là chúng như hoàn toàn đầy chất rắn hay chất lỏng.

Những sinh vật có lần sống trên sao Hỏa, nhưng không khí biến mất và làm nó không thể sống ở đó. Điều này xảy ra khi ô nhiễm trở nên dữ dội. Nhưng bây giờ những đời sống đang xuất hiện dần vì tâm chúng ta có khả năng khiến đời sống xuất hiện hay biến mất. Cũng thế, nếu chúng ta muốn có nước ở đó, nó dần dần xuất hiện.

Tất cả các bạn có tự do để làm điều này. Đừng coi thường chính mình. Nếu các bạn nhìn vào chính mình, nó giống như nhìn vào Phật tánh bản thể đang chỉ dẫn bạn. Chúng ta không thể chỉ tiếp tục sống và chết trong sự ngu dốt về bản tánh của chúng ta.

Chết không phải là vấn đề. Vấn đề thật sự là điều đó, trước hết, nếu mọi người tiếp tục như thế, cuối cùng toàn thế giới sẽ phải bắt đầu từ sự khởi thủy khắc nghiệt, lạnh lẽo. Thứ hai, nếu các bạn chết mà không biết mọi vật là một, cha mẹ của mọi người là cha mẹ của bạn, bạn sẽ không thấy bất cứ tiến bộ nào trong đời kế tiếp. Từ sự khởi thủy thật sự, qua sự phát triển toàn bộ, chúng ta luôn được kết nối với mọi đời sống khác.

Cha mẹ tôi không tách biệt khỏi cha mẹ anh – mọi người đã là cha mẹ chúng ta, con cái chúng ta, anh em chúng ta và chị em chúng ta.

Nếu các bạn là người có thể dựa vào bản tâm của mình, thì tên của các bạn đã được biết đến qua vũ trụ và những cõi cao hơn. Có vài vị nhìn tôi như thể tôi đang hư cấu tất cả điều này, nhưng không phải thế. Đó là chân lý thật sự. Không có việc gì được viết xuống và ghi lại xuất hiện nơi mắt các bạn.

Lại nữa, tôi không thể làm nổi bật hết sự quan trọng ra sao của việc học dựa vào bản tâm mình. Khi một số tu sĩ chúng tôi đến thăm Pompeii, họ được yêu cầu giúp đỡ linh hồn của những người chết vì hỏa hoạn và chết đuối cách đây rất lâu. Vì vậy những tu sĩ ở lại suốt đêm cố gắng giúp họ. Khi họ trở về và kể tôi nghe việc này, tôi nói, "Tại sao lại cần ở suốt đêm? Hãy nhìn nước trong tách này; nếu đổ nó xuống biển, nó trở thành biển. Tất cả những linh hồn đó có thể trở thành tâm các bạn trong một khoảnh khắc, vậy còn cái gì để làm?" Tâm không có giới hạn. Những hoa quả dâng cúng – bất cứ gì – có thể thực hiện qua tâm.

Tu tập như thế, các bạn có thể giúp giải thoát những vong hồn, nhưng có việc quan trọng hơn: Trong khi tu tập với những việc xảy đến trong đời các bạn, và học giao phó chúng cho bản tâm các bạn, các bạn cũng có thể bảo vệ nơi chúng ta sống này và bảo đảm rằng nó phồn thịnh dài lâu. Tu tập như thế, các bạn sẽ tiếp tục nâng cấp tinh thần của mình, và đạt đến điểm nơi mà ánh sáng các bạn đã đạt được không bao giờ phai mờ.

Một tu sĩ hỏi tại sao không giống những chùa khác, chúng tôi không đặt những bàn thức ăn lớn khi chúng tôi có lễ cầu siêu. Tôi trả lời rằng, nhiều kỷ nguyên chúng ta đã tranh đấu để ăn, để đạt được, để đào bới, tất cả trong đấu tranh và chết chóc, và liên tục nhận một thân mới. Vậy để giúp giải quyết những tình trạng này của ý thức, các bạn chỉ nên đưa những linh hồn đó đến năng lượng của vũ trụ và bảo họ ăn nhiều như họ muốn, và làm bất cứ gì họ thích.

Nếu các bạn có thể làm điều này, sự giúp đỡ người chết sẽ rất thẳng tắt. Không có phức tạp nếu các bạn hiểu thật sự rằng mọi việc thay đổi không ngừng và trôi chảy như một toàn thể. Thẳng thừng mà nói, nếu các bạn có thể tự do dùng năng lượng vô hạn luôn ở chung quanh chúng ta, thì không cần phải đặt bàn này bàn nọ để cúng.

Tu sĩ chúng ta gặp rất nhiều khó khăn khi xây dựng một Pháp đường mới, phải không? Rất nhiều nhiệt tâm và những dự định tốt đẹp cho tiến trình xây cất và tìm tượng Phật thích hợp. Tất cả những điều này giúp dạy người ta rằng tâm của Phật có thể trở thành một với bạn và tôi.

Những lãnh vực tinh thần và vật chất là một

Khi tu tập, chúng ta cố gắng chăm sóc những sự việc của đời sống trong khi đặt nền trong lãnh vực tinh thần. Tuy nhiên, đôi khi điều này khiến người ta làm lỗi do nhìn vào lãnh vực vật chất.

Khi phản quán vào chính mình, các bạn có lẽ hiểu rằng thế giới vật chất và tinh thần làm việc với nhau như một. Không có ý thức, thân bạn sẽ chỉ là một xác chết. Và nếu bạn không có thân, ý thức của bạn có thể làm được gì? Làm sao bạn có thể chuẩn bị một hiện hữu bình thường trừ phi lãnh vực tinh thần và lãnh vực vật chất vận hành như một toàn thể được kết hợp?

Tuy nhiên, người ta nghĩ rằng chư Phật hiện hữu ngoài họ, lãnh vực tinh thần tồn tại ngoài lãnh vực vật chất, và thân chư Phật hiện hữu ngoài thân chúng ta. Nhưng tất cả những điều này không đúng.

Hãy biết rằng thân của Phật là thân của các bạn. Hãy biết rằng tâm của Phật là tâm của các bạn. Hãy biết rằng chân lý Phật dạy hiện hữu xuyên suốt mọi phần và mỗi lúc trong đời sống hằng ngày của các bạn. Hơn nữa, hãy biết rằng nếu các bạn đau, toàn thể đều biết cái đau của các bạn. Mọi người là cha mẹ các bạn, mọi người là con cái của các bạn. Vì vậy đừng để bị trói buộc trong lồng bẫy của những phân biệt. Đây cũng là những gì Phật Thích-ca Mâu-ni dạy.

Các bạn biết, khi tôi nghĩ về nó, sự thiếu học hành của tôi thật sự đã làm việc tốt cho tất cả các bạn! Nếu tôi được học hành, tôi có lẽ cố gắng giải thích điều này trong những thuật ngữ của học thuyết, với tất cả những loại từ dài dòng, uyên bác. Thay vào đó, vì tôi chưa hề đến trường, tôi có thể nói thẳng với các bạn, trong những thuật ngữ chúng ta có thể hiểu hết. Tôi như một nông dân quê mùa không biết cách nói quanh! *(Cười)*

Có rất nhiều, rất nhiều những việc xảy ra với thế giới chúng ta và vũ trụ, và hầu hết tôi không thể tiết lộ với các bạn vì người ta không sẵn sàng để nghe chúng. Có lẽ sau này, khi các bạn có thể hiểu thấu điều này, tôi có thể nói nhiều hơn về chúng.

Ngay cả những việc tôi đã đề cập, một số người lo rằng nếu chúng ta nói về những điều đó và nghĩ quá nhiều về chúng, thì lời nói và tư tưởng của chúng ta sẽ khiến những việc tai hại đó trở thành sự thật. Tuy nhiên không cần lo việc đó khi các bạn hiểu sự thực hành bất nhị và tốt đẹp này, vì nó có thể nắm vững tất cả vấn đề, ngay cả của người sống lẫn người chết.

Khi tôi nói về những việc này, tôi có thể cảm thấy rằng nhiều người không thể nhận được những gì tôi đang nói. Vì thế tôi thường không muốn nói quá nhiều về chúng vì tôi lo rằng người ta sẽ nghĩ tôi điên, và như vậy họ sẽ không cố gắng tu tập.

Tình thế hiện tại thật hoàn toàn khẩn cấp, mọi người cần làm việc trên sự tu tập đến khi họ có thể hiểu và đáp ứng được những hậu quả này. Đừng bỏ qua những vấn đề này, bào chữa cho chính mình với câu "Vâng, nó vượt sự hiểu biết của tôi…"

Hãy nhìn những gì xảy ra trên mức độ cá nhân, giữa tất cả những loại giống khác nhau, một loại vượt mức của nó và tách vỏ nhiều lần. Mặc dù nó bị dính bẩn, nó trở thành một cây lê lớn mà cuối cùng chạm đến những tầng trời và có năm quả lê bằng vàng vĩ đại lủng lẳng ở đó.

Cây lê đó có mọc lên như một cây vĩ đại tách rời và ăn những sinh vật khác không? Không. Nó mọc thẳng, và những trái lê khổng lồ đó có thể nuốt ngay cả vũ trụ. Bây giờ bạn sẽ nghĩ gì nếu tôi bảo bạn rằng cây và những trái lê đó là chính bạn?

Không có gì trong vũ trụ có thể thay thế những cây như thế. Nếu các bạn có thể trở thành cây như thế, các bạn có thể di chuyển toàn thế giới mà không cần thêm chút gì cả. Tại điểm này, các bạn sẽ là một hành giả hành động xuyên qua lãnh vực vô hình, và một khoa học gia mang những thứ cần thiết đến lãnh vực hữu hình.

Điều này vượt xa khả năng của những nhà khoa học làm việc chỉ dựa trên lãnh vực vật chất. Ngay cả khi họ có thể thấy việc bắt đầu xảy ra, họ không thể làm gì về nó.

Nếu các bạn có thể dự kiến rằng tách nước này sắp rơi và bể, điều đó đủ chưa? Các bạn sẽ làm gì để ngăn nó khỏi xảy ra. Dù điều này có vẻ khó tin, vui lòng hãy cứ nhớ kỹ rằng tất cả các bạn có khả năng làm điều này. Ngay những việc nhỏ và tầm thường đều bắt đầu ở lãnh vực vô hình và rồi biểu thị vào thế giới hữu hình. Cũng thế, phản ứng của chúng ta đối với mọi vật chúng ta thấy, nghe, và cảm nhận tất cả được đưa vào trong lãnh vực vô hình.

Đây là lý do tôi thường nói, chúng ta phải nhắc chính mình rằng bất kể những hoàn cảnh chúng ta gặp phải – vui vẻ hay khó khăn, dù thức hay ngủ – tất cả chúng được hoàn thành bởi bản tâm của chúng ta. Tất cả các bạn là những người có thể làm cho thế giới này trở thành một nơi tuyệt vời để sống, và các bạn là những người có thể cứu tất cả đời sống trên thế giới này. Và tôi không có ý nói chỉ những người đến với bạn để mong cứu giúp.

Bạn là người có thể cứu tất cả chúng sanh, cả những ai không biết họ bị dính mắc. Nếu bạn có thể lặng lẽ làm việc qua lãnh vực vô hình để giúp họ tiến hóa, và có thể làm điều này không nói hay khoe khoang về nó, nhất định bạn sẽ nhận được một phần thưởng từ trái đất, cũng như vũ trụ!

Hôm nay có câu hỏi nào không? Không ai có gì để hỏi sao? Dù câu hỏi của bạn dường như ngốc nghếch hay không, nếu nó là một câu hỏi hay từ bên trong bạn, thì đó là một câu hỏi đúng. Nếu bạn nghĩ quá kỹ và cố đưa ra một câu hỏi "tốt" thì thật sự nó sẽ là một câu hỏi giả mạo. Và nếu bạn hỏi tôi một câu hỏi giả mạo, bạn có thể được một câu trả lời giả mạo! *(Cười)*

Tất cả chúng ta trải qua khó khăn của nhiều lần đau ốm, cô đơn, vô vọng, căng thẳng, thất bại và ngay cả những lúc các bạn muốn chết đi. Nhưng bây giờ đây chúng ta vẫn sống. Vậy chúng ta hãy sống cho khôn ngoan. Tất cả các bạn nghĩ sao! *(Sư bà nắm hai tay vào nhau để trước mặt.)*

Được, không ai muốn hỏi tôi tại sao nói về những việc lạ lùng như thế? *(Cười)* Đôi khi người ta bảo tôi điên, nhưng cả thế giới đang làm những việc điên rồ. Thái độ của người ta vẫn tệ hại khi tình cảnh khắp thế giới trở nên tuyệt vọng hơn. Đây là lý do tôi cần sự tu tập của chúng ta sâu sắc đến điểm mà dù trời sập, chúng ta có thể mỉm cười được.

Nếu không có câu hỏi, các bạn có muốn nghe về những chi nhánh ở hải ngoại không? Được rồi. *(Sư bà nhìn quanh)*. Khi tôi ở Canada, có một nhiếp ảnh viên báo chí theo tôi khắp nơi, ngay cả khi tôi lên núi. Ông ta luôn chụp ảnh rất cẩn thận. Hôm nay tôi không thấy ông ấy, nhưng tôi sẽ không ngạc nhiên khi nghe giờ ông ấy đang ở phi trường!

À! Tôi quên nói với các bạn về Pháp thoại ở Đức. Rất tốt, với hơn hai trăm người đến dự, gồm cả Đại sứ Hàn Quốc. Ở Đức, người ta không thường thấy tăng ni, vì thế bất cứ chúng tôi đi đâu, người ta cũng dừng lại và nhìn mình chằm chặp. Vì vậy tôi mỉm cười với một nhóm và bảo họ rằng nếu họ nhìn chằm chằm vào chúng tôi thì họ sẽ phải trả chúng tôi vật gì đó cho sự giải trí của họ. Nghe thông dịch lại, những người nhìn có vẻ nghiêm trọng đó cười nhiều đến nỗi gần như hò hét!

Tại buổi nói chuyện chúng tôi đã dùng một hệ thống 'thông dịch đồng thời' mới, hoạt động rất tốt. Trung tâm Đức cũng rất đẹp. Có một vườn nhỏ vuông vắn ở giữa nhà thông với trời và gần như là một sân nhỏ. Chung quanh là tường kính, bạn có thể ngồi trong nhà và ngắm ra ngoài. Ngắm cây cối lay động trong gió thật thú vị. Trung tâm rất đẹp, có sân và vườn rộng bên cạnh Pháp đường.

Ở Canada, chúng tôi mua biệt thự dùng làm Trung tâm cho Hội Nhập Cư Hàn Quốc, có không gian rộng lớn! Tượng Phật mới được thỉnh về rất thanh tịnh và tươi sáng! Biệt thự cũng có bãi đậu xe khổng lồ. Trong lễ khai mạc, họ che những tấm bạt, có khoảng 1.400 người đến nghe pháp thoại.

Mọi người từ nhiều vùng khác nhau đến dự, một số người đã có một vài cảm nhận về sự sống qua bản tâm của chúng ta. Một bạn trùm khăn đội đầu hỏi tôi ai tạo ra vũ trụ. Tôi bảo đó là bốn anh bạn tên Lửa, Nước, Đất, Khí họp nhau lại và tạo ra thế giới. *(Cười.)*

Bạn ấy có thể hiểu câu trả lời của tôi vì tôi không có học vấn. Nếu tôi đã đi học và có thể giải thích tất cả những ý nghĩa sâu xa của điều này bằng cách dùng những thuật ngữ khoa học và kỹ thuật chính xác, người ta sẽ không có ý kiến gì về những gì tôi nói. *(Cười)* Nếu tôi dùng những thuật ngữ kỹ thuật, người ta có lẽ sẽ hiểu lầm tôi. Thay vào đó, tôi trả lời ông ấy rất đơn giản và trực tiếp, và khi ông ấy nghe trả lời đầy đủ, ông vỗ tay và đưa tay lên cao.

Nếu các bạn muốn đạt được điều gì, thì làm nó trong một phương pháp lớn, để cho các bạn có thể thật sự tạo một khác biệt trong thế giới. Hãy đem mọi sự trong toàn thế giới và hoàn toàn đặt nó vào một nơi này *(nắm một ngón tay)*. Đem tất cả những vật tầm thường, ném chúng đi. Đừng bận tâm về những vật bạn buông bỏ đến chốn vô hình, chúng vẫn là của bạn. *(Cười)*

Hôm nay hãy ngừng ở đây, nếu tôi tiếp tục về chuyến đi của mình, chúng ta sẽ không có gì vui để nói vào lần tới!

4.

Tia lửa có thể cứu vũ trụ

Ngày 17 tháng 12 năm 1995

*Năng lực và tình thương
khởi lên từ sự tu tập*

Cho dù tất cả các bạn đến đây vì buổi nói chuyện hôm nay, nhiều bạn đang ngồi ngoài lạnh vì Pháp đường mới vẫn chưa xong, tôi không thể nói với các bạn là tôi cảm thấy việc này tệ hại thế nào.

Tất cả chúng ta đến đây để dự Pháp thoại, đáng ra chúng ta nên được chia sẻ trong một phòng ấm áp như nhau. Tôi rất tiếc không thể cung cấp điều kiện tối thiểu như thế. Tất cả chúng ta bày tỏ chính mình nhiều cách khác nhau, nhưng cảm giác lạnh và thiếu tiện nghi thì như nhau với mỗi chúng ta.

Cho dù những hoàn cảnh vật chất hơi khó khăn, nhưng không có nhiều nơi như thế này, nơi mọi người có thể học để chú mục ngay vào bản tâm của họ và mở mang tiềm lực đó. Hơn nữa, tôi chắc chắn rằng niềm tin chân thật và những nỗ lực của những hành giả ở đây trong đất nước Đại Hàn đã gieo trồng vô số hạt giống tốt, và rằng khả năng và sức mạnh tinh thần của mọi người, cả tu sĩ lẫn cư sĩ, đang bảo đảm những căn lành này tiếp tục được gieo trồng.

Phật – Pháp – Tăng bên trong

Những hành giả ở đây đôi khi nói rằng họ dựa vào Tam bảo hiện hữu bên trong chính họ, phải không? Khi các bạn nghe như thế, có lẽ các bạn có một ý tưởng đẹp về ý nghĩa của nó.

Tuy nhiên, khi tôi nói đến tánh sẵn có của chúng ta như "bản thể bất động của tôi", điều này có vẻ như một diễn tả lạ lùng. Tôi mô tả nó lối này vì bản thể của chúng ta thật sự không chuyển động, thay vào đó, nó cung cấp năng lượng cho phép sự vật chuyển động. Nó giống như trục xe của một xe bò lỗi thời: vẫn rất vững chắc, và vì vậy có thể làm bánh xe chuyển động.

Cũng thế, bản thể của chúng ta vẫn luôn tĩnh lặng, nhưng nó đưa ra năng lượng vĩ đại. Qua năng lượng này, mọi vật trong vũ trụ không ngừng vận hành và thay đổi, vượt thời gian và không gian, không ngừng ngay cả phần triệu giây.

Các bạn có thể tự hỏi tại sao tôi thường lặp lại điểm này. Tôi hay đem nó ra vì nhiều bạn chỉ có sự hiểu biết do vận dụng trí óc về nó. Các bạn lầm lẫn kiến thức lý thuyết để kết nối thật sự với yếu tính sâu xa này bên trong các bạn *(chỉ vào tim)*.

Các bạn đang cố gắng làm sự việc xảy ra bằng cách dùng cái đầu và cử động cái thân của các bạn, thay vì truyền đạt tình cảnh đến nơi này sâu bên trong và rồi hành động từ đó. Điều này thật là xấu hổ, và đó là lý do tôi cứ tự lặp lại – nếu các bạn hiểu chỉ một chút thôi, thì tôi cũng chỉ hiểu một chút. Nếu các bạn biết điều này nhiều *(mở rộng cánh tay)*, thì tôi cũng biết nhiều! Nếu các bạn là đại dương, thì tôi cũng là đại dương.

Vậy, Phật Pháp Tăng hiện hữu bên trong này có thể được mô tả như vầy:

1. Nguồn bất động của năng lượng vô hạn, bản thể ý thức hiện tại của chúng ta.

2. Sự khởi lên của những tư tưởng từ bản thể này.

3. Sự chuyển động và vận hành kết quả từ những tư tưởng này.

Những điều này cũng là Phật, Pháp và Tăng. Như thế, quy y Tam bảo cũng có nghĩa là quy y trong chính các bạn. Đây là vì Tam bảo tất cả hiện hữu bên trong tánh sẵn có của chúng ta.

Giới – Định – Tuệ

Vậy thì, các bạn nghĩ sao về giữ giới, tu định và đạt được trí tuệ? Làm sao những điều này được đạt đến và tu tập trong phạm vi dựa trên Tam bảo bên trong này?

Như tôi thường nói, mọi vật đến trực tiếp từ bản tánh của các bạn: Nó là các bạn, chân ngã, nó đang nhận và sản xuất mọi thứ; nó là bạn đang chuyển động thân này; nó là bạn đang thấy; nó là bạn đang nghe; nó là bạn đang đi và đến; đang ăn và bài tiết; ngủ và thức dậy. Nó là bạn đang làm từng việc một. Một cây có rễ và sống nhờ rễ. Mọi cử động của chúng ta xảy ra vì gốc rễ của chúng ta. Vậy bất kể cái gì các bạn đối đầu, nếu các bạn dồn mọi thứ vào một nơi – bản tâm của các bạn – điều này trở thành chân định, giới và tuệ. Đây là điều được gọi là "hương thơm của giới, định, tuệ". Các bạn có lẽ đã nghe câu này được tụng trong khóa lễ buổi tối, phải không?

Bắt đầu giải quyết mọi việc bằng sự giao phó nó cho bản tâm các bạn; hồi ấy, các bạn không ngừng gây vấn đề cho chính mình, thầy giáo, chùa, hay những đạo hữu. Đây cũng là cách những tu sĩ tu tập. Nếu các bạn làm điều gì gây vấn đề cho chính mình, hành động đó cũng không ngừng gây khó khăn cho toàn gia đình các bạn, phải không? Nếu một người trong gia đình dính vào việc tiêu cực, cả gia đình cảm nhận nó, gồm cha mẹ lẫn con cái.

Vậy, hãy nhìn mọi việc các bạn đối đầu như việc mà các bạn đã giúp tạo ra. Bất kể nó đến từ bên ngoài hay khởi từ bên trong, dù nó tốt hay xấu, hãy chấp nhận nó vô điều kiện như việc các bạn đã làm. Dù khi các bạn hiểu rõ ai hay cái gì gây ra những phiền phức đó, hãy xem chúng như việc các bạn đã làm và giao phó toàn thể tình trạng đến bản thể của các bạn. Đừng trách móc chồng các bạn, đừng trách móc vợ các bạn, đừng trách móc con cái các bạn, đừng trách móc cha mẹ các bạn.

Giao phó tất cả như là việc các bạn đã gây ra. Dù những sự việc đang tốt lên hay xấu đi, các bạn trải nghiệm mọi thứ xảy ra trong đời sống vì các bạn ở đây. Bây giờ, vài bạn đang nói, "Tại sao tôi nên trách cứ chính mình khi tôi không làm gì sai lầm?" Tuy nhiên, hãy nghĩ về điều này: Vì các bạn hiện hữu, những người khác hiện hữu. Nếu các bạn không ở đây, làm sao hành động của những người khác có thể ảnh hưởng các bạn? Đây là lý do tôi nói, xem mọi việc như việc các bạn đã làm.

Nếu các bạn cho mọi việc như là việc các bạn đã tạo, và rồi buông bỏ nó vào sâu bên trong các bạn, như thế nó kết nối với bản thể của các bạn, sau đó nó sẽ trở ra như vật gì mới. Khi các bạn kết nối với bản thể của mình như thế, những gì các bạn đưa vào sẽ trở ra tùy thuộc ý định các bạn đưa nó vào và có quyền lực chuyển động thế giới vật chất theo hướng đó. Nhưng khi những tư tưởng của các bạn chỉ thốt ra miệng, sự kết nối này bất thành.

Vì lý do này, người mà được quyết định để nhận ra bản thể của mình phải giữ lưỡi và trở nên yên lặng. Họ đưa mỗi một vật vào trong và giao phó nó đến bản thể của mình.

Có sự đưa vào sâu theo lối này, những tình huống đó được truyền đạt vào bản thể của họ, và qua đây họ trình hiện lại thế giới trong một hình tướng được thay đổi.

Khi người ta đưa vào những việc họ gặp phải như thế, những việc đó thay đổi tốt hơn, không gì họ gặp phải có thể gây trở ngại hay làm chệch đường họ. Cái gì có thể áp bức các bạn khi mọi việc các bạn giao phó đến hướng tinh thần được gửi ra lại cõi vật chất trong một hình thể hài hòa hơn?

Tuy nhiên, khi những vấn đề xảy ra, nhiều người chỉ phản ứng ngay đến những việc đó, và chạy quanh để tìm giải pháp trong lãnh vực vật chất. Trừ khi, trước hết các bạn giao phó sự việc cho bản thể của mình, không có gì đi đúng. Các bạn sẽ mất phương hướng, tai nạn sẽ xảy ra, và các bạn bị trói buộc vào lòng căm ghét và hận thù. Những tâm như thế sẽ vây bọc, các bạn sẽ trở thành càng lúc càng đen tối hơn, và việc đưa đến một đời sống bình thường sẽ trở thành bất khả.

Các bạn có nghĩ các bạn có thể giải quyết tất cả những việc này qua trí thông minh và mồ hôi của mình không? Khi các bạn có thể thật sự đưa trở lại và giao phó mọi sự các bạn gặp phải cho bản thể của mình, như thế những gì các bạn đưa vào thay đổi và biểu hiện trở ra thế giới, rồi thì cuộc đời các bạn sẽ trở nên rất thư thái và nhiều vấn đề sẽ chấm dứt.

Vạn vật trong vũ trụ được nối kết với nhau, truyền đạt từ tâm đến tâm. Các bạn có biết tại sao vậy không? Bên trong thân các bạn ngay bây giờ là mọi trình độ của hiện hữu mà các bạn đã luôn kinh nghiệm, khi các bạn đã tiến hóa hằng tỷ niên kỷ. Không có gì trong vũ trụ mà các bạn không từng là, và tất cả những hình dáng giống nhau đó hiện hữu bên trong các bạn ngay bây giờ: mỗi một vật đó là "tôi".

Các bạn có lẽ nghĩ rằng các bạn có những bí mật bất cứ ai khác không biết, nhưng trong lãnh vực vô hình của pháp, không có những bí mật. Tôi dùng thuật ngữ "lãnh vực vô hình của pháp", vì chúng ta không thể thấy nó bằng con mắt vật chất của chúng ta, nhưng qua nó, mỗi một vật luôn tự do cộng thông với mọi vật khác. Những bí mật có thể tồn tại trong lãnh vực vật chất, nhưng trong lãnh vực phi vật chất, mọi vật đều được biết. Vì không có gì bí mật, vì không có gì bị che giấu, mỗi một việc các bạn làm được tự động ghi lại bên trong bản thể các bạn. Mọi người cần biết về điều này một cách rốt ráo.

Hương thơm của tu tập

Câu "Hương của giới" nghĩa là đem mọi vật khởi lên – từ bên trong hay bên ngoài các bạn, dù nó là việc từ gia đình hay công việc hay bất cứ gì – và trả lại tất cả nó về bản thể của các bạn. Theo lối này, hoàn cảnh sẽ biểu thị trong một hình thức hài hòa, khỏe khoắn hơn. Khi có thể làm điều này, các bạn sẽ cảm thấy bình an với chính mình và tất cả những người khác cũng thế.

Tuy nhiên, nếu các bạn nói không cẩn thận về những bực dọc nhỏ nhít, "Cô ấy rất khó!" hay "Đứa con trai đó của một…" điều này sẽ làm cho sự việc trở nên tệ hơn, nếu các bạn đã nỗ lực để cho nó được hài hòa. Qua những kết nối của nghiệp tạo ra vô số đời sống, các bạn và tất cả mọi người là một gia đình, vậy có nên cư xử với nhau như thế không?

Nếu suy nghĩ và hành động của các bạn tiếp tục khe khắc như thế, thì bao giờ chu kỳ này mới chấm dứt mãi mãi? Vậy hãy đưa mọi vật vào bản thể bên trong một cách hài hòa; vận dụng theo lối này, nó sẽ biểu thị trở lại thế giới vật chất một cách hài hòa. Nó sẽ bảo vệ các bạn, nó sẽ làm bằng phẳng những điểm gồ ghề trên con đường của các bạn, nó sẽ cho các bạn những cơ hội để giải quyết bất cứ khó khăn nào các bạn gặp phải, cho phép các bạn tự do tiến tới.

Khi các bạn có thể qua sự giao phó mọi sự cho bản thể của mình, và có thể vấn hướng về bản thể này trong tất cả mọi việc mình làm, đây gọi là "hương định". Tại điểm này, những gì tôi gọi "cột trụ của tâm" đã bám rễ chắc chắn bên trong các bạn, vì thế các bạn vẫn không lay động trong bất cứ hoàn cảnh nào. Thế thì, các bạn có thể nhận ra 'hương định', 'hương giới' không khó khăn bất kỳ lúc nào. Khi các bạn đưa mọi sự trở về bên trong như thế, sự giữ giới không là một vấn đề.

Nhưng không làm thế, ngay cả giữ năm giới căn bản cũng không thể được. Vui lòng nghĩ cẩn thận về việc này. Các bạn có nghĩ mình có thể giữ ngũ giới mà không giao phó mọi việc vào bên trong không? Những giới này là không uống rượu, nói dối, trộm cắp, tà dâm hay giết hại.

Nếu các bạn không cố gắng làm việc qua bản tâm mình, nếu các bạn không hành động từ nơi đó và đưa vào đó những gì khởi lên, thì các bạn không thể giữ ngay cả những giới này. Khi các bạn đưa mọi việc vào bên trong, đến bản thể của mình, các bạn sẽ nhận ra rằng đời sống của người khác cũng là đời sống của các bạn, vì thế các bạn không cố tình làm gì hại người khác. Đưa sự việc trở lại như thế cũng cứu các bạn khỏi tai hại nữa.

Tuy nhiên nếu tâm các bạn lang thang theo những việc bên ngoài, các bạn không thể vào sâu trong sự ngộ thiền này, và vì thế cột trụ của tâm không thể trở nên vững chãi hoàn toàn. Sự thiếu một chỗ đứng chắc chắn này làm hại khả năng nhận vào và gửi ra mọi sự qua bản tâm của các bạn.

Khi cột trụ của tâm này bị lung lay, các bạn trở nên hoang mang và lo lắng khi gặp khó khăn. Có một vẻ sợ hãi và lầm lẫn cơ bản ngấm vào những kinh nghiệm của các bạn, dù nó là việc khởi lên từ bên trong hay bên ngoài, hay dù nó là một vấn đề với con cái hay cha mẹ các bạn. Mọi sự về bản tâm, Chủ nhân Không của các bạn sẽ dường như mơ hồ và lẫn lộn. "Tôi đã gọi Chủ nhân Không, nhưng không có gì xảy ra!"

Tôi nên cười hay khóc khi người ta nói những việc như thế? Các bạn phải chắc chắn dựng lên cột trụ của tâm, và hoàn toàn nắm vững nó. Nếu các bạn có thể làm điều này, thì những tư tưởng các bạn cho khởi lên sẽ tự nhiên được đưa vào, và sẽ biểu hiện ra thế giới. Cho dù các bạn có lẽ đã đến đây nhiều năm, nếu cột trụ tâm của các bạn không được ổn định sâu, sự tu tập của các bạn có lẽ không tiến triển nhiều hơn người đã đến đây mới vài tháng.

Nếu điều này áp dụng cho các bạn, các bạn nên làm gì với nó? Các bạn nên làm gì để sự tu tập tăng trưởng? Không tốt đẹp sao nếu bạn có thể giải quyết điều này với trí thông minh? Nhưng đây không phải là việc thuộc lãnh vực tư tưởng. Tuy nhiên, một số người đang làm điều này và nghĩ rằng biết mọi thứ về bản tâm của mình. Chỉ có vài khái niệm về nó, không có nghĩa bạn thật sự biết sự thật.

Có những người cảm thấy tin tưởng vào những tư tưởng và ý kiến của họ về những gì tôi đang dạy, và vì vậy nghĩ rằng họ thật sự đạt đến trình độ đó. Họ lầm những tư tưởng về kinh nghiệm và khả năng áp dụng kinh nghiệm đó. Qua một thời gian, họ dần dần không còn đến chùa. Tuy nhiên, khi có vấn đề, họ vùng vẫy và lúng túng vì đã không nỗ lực đặt sự hiểu biết vào thực hành. Họ không biết họ từ đâu đến và sẽ đi về đâu. Họ mất phương hướng và không biết làm sao để xử lý sự việc trong đời sống. Làm sao một người như thế có thể thực hành sự tu tập để có thể nuốt trọn vũ trụ, cũng như pháp giới và quá khứ, hiện tại, vị lai?

Nếu các bạn thiết tha tu tập, trước hết phải hoàn toàn đặt nền tảng nơi chính các bạn, giao phó mọi sự cho bản thể của mình. Sống trong gia đình cũng giống như thế, chỉ khi các bạn ổn định chắc chắn vai trò và trách nhiệm của mình, gia đình các bạn sẽ hòa thuận và an bình. Nếu các bạn luôn để tâm vào nơi khác, làm sao gia đình các bạn có thể phát đạt?

Cũng thế, những sinh vật bên trong thân các bạn cũng cần ổn định một cách chắc chắn và làm việc như một. Chúng cần cắm rễ vào đây. Rồi thì sẽ có một sự bình lặng tự nhiên kết trái. Khi những trái này chín muồi, các bạn cũng có thể tặng cho người khác. Cho dù các bạn tặng cho người khác, trung tâm của các bạn vẫn đúng như nó là.

Nói cách khác, hạt giống của Phật vẫn đúng như nó là, vậy các bạn sẽ có thể hoàn toàn đưa ra và nhận mọi sự qua bản thể của mình, dùng mọi loại trí tuệ và khả năng sâu xa. Chỉ khi các bạn có thể làm điều này, mới có thể nói rằng các bạn ở trong trạng thái định.

'Định' nghĩa là các bạn đã hoàn toàn cắm rễ trên bản thể này. Vì vậy nơi các bạn đi là chỗ của các bạn, mọi người các bạn thấy cũng là chính các bạn, nỗi đau mà các bạn chứng kiến là nỗi đau của riêng các bạn, ngay cả những côn trùng đều là thân của chính các bạn. Mỗi một vật là chính các bạn, vì thế khởi lên tình thương với tất cả chúng. Đây không phải bị ép buộc hay giả tạo, nó là tình thương hoàn toàn chân thật.

Khi chúng ta thấy vật gì, tư tưởng khởi lên, và tùy những tư tưởng đó, chúng ta di chuyển và hành động. Đây là 'nhận vào và gửi ra.' Vậy thì, câu hỏi là thế này: Chúng ta có đang làm điều này từ bản thể của chúng ta với trí tuệ, hay chúng ta đang làm từ cái đầu và sự thông minh? Những kết quả tương ứng sẽ khác nhau như trời với đất.

Nếu các bạn không thể dựa trên bản tâm của mình, thay vào đó cố dùng trí thông minh để nắm giữ mọi sự, sự tai hại đối với nhân loại, với hành tinh, và ngay cả những hành tinh khác sẽ nghiêm trọng không thể tưởng. Cái gì là đúng trên phạm vi con người cũng đúng trên phạm vi vũ trụ. Ngay cả những ngôi sao trong bầu trời cũng rụng lớp vỏ của chúng khi đến lúc, và chỉ còn lại cốt tủy. Sau đó cốt tủy này bị chọn lọc ra, nó tái sanh lần nữa qua một lỗ đen. Tiến trình này chính xác giống hệt những gì chúng ta kinh nghiệm ở mức độ nhân loại.

Các bạn có nhận ra rằng có những lý do xác định tại sao các bạn gặp phải bài học tu tập này dựa trên bản tâm các bạn không? Sự tu tập này không phải là việc các bạn có thể làm chỉ vì mình muốn, cũng không phải việc các bạn có thể bỏ chỉ vì các bạn muốn. Có một nguyên tắc rất sâu đã đưa các bạn đến sự tu tập này. Trong kỷ nguyên khó khăn này, tất cả các bạn được phân công chăm sóc mọi sự qua bản tâm của mình. Điều này không phải được dự kiến cũng không phải tình cờ. Nó khởi lên từ nghiệp và những liên hệ các bạn đã tạo ra khi tiến hóa qua hằng tỷ năm. Vì vậy các bạn không được tránh tu tập, thoái thác hết lần này đến lần khác.

Thế thì, các bạn nên nắm giữ sự vật thế nào? Khi có việc xảy ra trong gia đình các bạn, các bạn, con cái, cha mẹ và ngay cả những sinh vật bên trong thân các bạn, tất cả nên trở thành một qua bản thể của các bạn. Nếu tất cả trở thành một tâm, những tia năng lượng phóng ra và giúp chăm sóc tâm của mọi người. Một cách để giải thích nó, một khi tất cả những tâm ấy trở thành một qua bản thể, thì như thể tất cả họ bị hút chặt đến bản thể. Khi bản thể bị hút chặt này bùng vỡ từ lãnh vực phi vật chất đến lãnh vực vật chất, nó mang hình tướng của năng lượng vật chất có thể vận hành và ảnh hưởng trong lãnh vực này. Đôi khi, có những vấn đề gay go đến nỗi ngay cả làm việc qua bản thể, một hay hai người đơn độc không thể chăm sóc chúng. Vào những lúc ấy, tất cả phải giao phó hoàn cảnh đến bản thể của họ; rồi những vấn đề đó có thể được giải quyết.

Nếu hoàn cảnh cần đến Bồ tát của Lòng Từ Bi, năng lượng này trở thành Bồ tát Quan Âm. Nếu cần Bồ tát của Sự Thị Uy, nó sẽ trở thành Bồ tát Địa Tạng. Khi người ta cần thần Thất Tinh, Long thần, hay Địa thần, bản thể của chúng ta hiển thị như thế. Bản thể của các bạn tự do biểu hiện trong bất cứ hình tướng và cách thức nào là cần thiết. Tất cả năng lượng đó không có hình dạng hay "độ dài sóng" như nhau. Tùy theo sự cần thiết, nó thay đổi và chia chẻ khác nhau vô tận, và vận hành hài hòa trong những tình huống.

Để sử dụng tròn đầy bản tâm của các bạn như thế, các bạn phải nhận ra hương giới, định và huệ. Các bạn phải nhận ra tâm thái mà chúng ta gọi là "hương thơm" của con người có thể giúp chúng sanh thoát khỏi dính mắc và vô minh. Bên trên điều này là cấp độ nơi các bạn có thể biểu hiện khi cần, tự do tới lui trong quá khứ, hiện tại, và vị lai khi công việc đòi hỏi, biểu hiện như bất cứ gì. Chỉ khi đạt được đến trạng thái này của Như Lai, các bạn có thể nắm bắt tia sáng mặt trời, cũng như những vấn đề của những vì sao khác, những hố đen và vũ trụ.

Dự báo tương lai

Khi tôi khoảng 18 tuổi, lần đầu tiên nghe những dự báo về sự tận thế. Tuy nhiên, như Phật Thích-ca đã nói, "Chỉ thấy không phải là Đạo. Chú mục vào cái thấy và đưa ra những lời tiên đoán, trong khi thiếu khả năng để thay đổi sự việc là hành động của tiểu nhân." Có thể nghe mọi việc, nhưng vẫn chưa thể giải quyết sự việc, không phải là Đạo. Thiên nhĩ thông không phải là Đạo. Tha tâm thông không phải là Đạo. Thần túc thông không phải là Đạo. Và Túc mạng thông không phải là Đạo.

Thay vào đó, Đạo được tìm thấy bên trong sự buông bỏ tất cả dính mắc vào những quyền năng đó. Các bạn phải hoàn toàn thoát khỏi tất cả những quyền lực này, rồi các bạn sẽ có thể nhận biết mọi sự và chăm sóc mọi sự. Khi không còn bị trói buộc bởi những điều đó, các bạn có thể sử dụng chúng khi cần. Bạn có thể nhận bất cứ gì và cho bất cứ gì. Bất kể các bạn cho ra bao nhiêu, bản thể của các bạn không giảm, và bất kể các bạn nhận cái gì hay bao nhiêu, nó cũng không tăng.

Vậy có ai là người tạo ra những dự đoán? Một người mà có lẽ tất cả các bạn đã nghe đến là Nostradamus[1]. Như các bạn biết, ông ta dự đoán nhiều việc khác nhau trên mọi vấn đề. Tuy nhiên, những loại dự đoán này không phải là lời của người nhận ra chân lý. Chúng không phải lời của người đã làm chủ và không bị dính mắc vào ngũ thông, mà là người có thể dùng bản tâm của mình đáp ứng

---

[1] Nostradamus (1503-1566): bác sĩ và nhà tiên tri người Pháp

nhu cầu nào đó. Khi người tu tập dựa trên bản tâm này sẽ nhận biết những biến cố tương lai, họ bắt đầu ảnh hưởng với tình huống đó, và vì vậy những dự đoán về những biến cố đó trở nên vô dụng. Các bạn thật sự cần khắc sâu những gì tôi đang nói vào tim các bạn.

Có một người có thể cỡi mây và bay lang thang khắp nơi. Một hôm, một đại hành giả nhận biết người đó đang ở gần đâu đây, quyết định theo anh ta và quan sát những gì anh ta làm. Hành giả thấy anh ta làm đủ việc xấu, vậy là ông khiến anh ta không thể cỡi được mây nữa.

Các bạn có biết tại sao tôi nói điều này không? Vì những biến cố, mà người như Nostradamus trông chờ được mặc khải, đã từng xảy ra nhiều lần. Người có những dự đoán này thua xa những người nhận được bản tâm và biết cách để sống từ đó. Khi người như thế thấy một khủng hoảng đến gần, họ đưa sâu vào bản thể của họ, tư tưởng chúng ta sẽ không rơi vào hỗn loạn hay tan vỡ. Dù cho chúng ta đối mặt với tai họa, nếu tất cả chúng ta đưa vào tư tưởng rằng chúng ta và hành tinh sẽ sống cùng nhau trong hài hòa, nó sẽ là thế. Xin vui lòng thử xem!

Các bạn đã biết rằng bề mặt Trái đất luôn thay đổi, phải không? Nó luôn mở rộng, va đập vào nhau, trồi lên, sụt xuống, thay đổi phương hướng. Nhưng nếu các bạn có thể điều khiển những thay đổi này để chúng xảy ra một cách nhẹ nhàng, thì còn gì để lo lắng?

Đất đai và tất cả chúng sanh chuyển động vì chúng sống. Bụi sống, nước sống, đá sống; mọi vật đang chuyển động vì nó sống. Vậy cho dù ai dự đoán một tai họa đại hồng thủy ở Trung Hoa, Nhật Bản hay Mỹ, nếu các bạn có thể hướng dẫn mặt đất để những sự thay đổi đó xảy ra từ từ, không có những sụp đổ rộng lớn, thì có gì để lo lắng? Theo lối này, nhân loại có thể tìm ra một con đường tiến tới.

Đây là lý do những dự đoán về tận thế trở nên vô nghĩa. Những từ, "sự chấm dứt của nhân loại", không thích hợp trong toàn cảnh cuộc sống biến thiên và hằng chuyển. Tại sao? Vì cuộc sống có được từ đất, nước, lửa và không khí. Từ những thứ đó, vô số chúng sanh thành hình, bao gồm nhân loại. Chúng sống và hình thành vì bản thể vật chất của tứ đại và hạt giống Phật tánh luôn luôn có mặt. Những thứ này không bao giờ biến mất.

Vì thế, chớ nản lòng về chuyện thế giới hay nền văn minh sẽ bị phá hoại vào một ngày như thế như thế. Nếu con người làm việc với nhau qua bản thể sẵn có, để hài hòa và khôn ngoan chăm sóc bất cứ việc gì nổi lên, thì ngay sự hủy diệt của trái đất cũng có thể ngăn chặn.

Năng lực và tình thương khởi lên từ sự tu tập

Người ta thường nói không có sự sống trên những hành tinh như Mars, Venus, Jupiter và Uranus, phải không? Tuy nhiên, nếu có nước hay đất, điều này sẽ tạo ra không khí và đời sống sẽ thành hình. Có những hình thức sự sống sống trong ngay cả nước sôi; ngay điều này có thể nâng đỡ và giúp khởi lên sự sống. Chân lý thâm sâu và vô hạn này cũng được gọi là Phật pháp. Người ta không thể hình dung chính xác từ này rộng lớn thế nào và tinh vi ra sao. Phật pháp không hạn cuộc trong một tôn giáo đặc biệt hay sự việc chỉ tăng ni Phật giáo có thể học tập, từ một côn trùng đến một cọng cỏ, đến tứ đại, mọi vật là Phật.

Tùy những hoàn cảnh của chúng, những vật có đời sống nhỏ bé đó bắt đầu thay đổi qua thời gian. Chúng bắt đầu cảm thấy nghẹt thở với lối chúng đã sống và khao khát thành một thứ tốt hơn. Theo cách này, chúng tiến hóa và thay đổi. Chúng mệt mỏi vì đi bằng bốn chân, và muốn thử đi trên hai chân, và rồi nó đã xảy ra. Ngay chúng ta cũng có một điểm nơi cái đuôi được gắn vào. Cũng thế, tất cả những hình dáng trong những đời quá khứ của các bạn đang ở trong thân ngay bây giờ. Điều này rất sâu sắc.

Người ta có nhiều màu da khác nhau, phải không? Có người nước da rất trắng, có người da đỏ, da đen, da vàng. Những người sống trong những vùng khác nhau, cũng đưa đến những khác nhau tự nhiên giữa các tôn giáo.

Do đó, cách người ta phản ứng sự việc trong đời sống, khiến những người có duyên nghiệp giống nhau tụ họp với nhau. Thời gian thích hợp, nghiệp sẽ biểu hiện nơi những người ấy đã tụ hội và ảnh hưởng mọi người ở đó. Qua tiến trình này, những người "lành mạnh" đã được chọn lựa, và những người sa đọa được đưa đến đống phân, vì vậy họ có cơ hội bắt đầu vượt qua.

Đây là lý do, thỉnh thoảng, các bạn thấy thảm họa kinh khủng như thế trong những vùng nào đó, nơi mà dường như những người gần đó đều chết đói hay bị chết cháy. Tất cả điều này xảy ra như là kết quả của những lựa chọn của họ. Chính các bạn làm mình đáng thương và chính các bạn có thể làm mình tốt hơn. Sau chọn lựa này, cũng chính các bạn quyết định nơi mình tái sanh. Cái chết không phải là kết thúc.

Tuy nhiên, các bạn vẫn nên giúp đỡ những người đang đau khổ và đau đớn đó khi họ bị trói buộc trong những thay đổi này. Đừng gạt bỏ sự đau khổ của họ, nghĩ rằng, "Họ đáng bị điều đó, đó là kết quả của hành động xấu của riêng họ."

Hãy hiểu cách thế giới này vận hành và nhận rõ rằng những người khác cũng là một phần của chính các bạn.

Đừng chỉ giới hạn tình thương của các bạn với những người đang đau khổ. Hãy gồm luôn những người đang xử sự rất xấu; trước hết hãy thử xem xét tại sao họ đã làm những việc xấu đó và rồi hướng lòng tử tế của các bạn đến đó. Nếu các bạn cứ khởi một tâm tử tế và rộng lượng như thế, khi trở lại thế giới này, các bạn sẽ như một đại nhân thật sự có thể làm nhiều điều tốt cho mọi người. Đừng xao lãng việc bố thí thức ăn cho những người đói nọ và an ủi những người đau khổ kia.

Tình cờ, nếu trái đất bị rơi vào tai họa, điều này không chỉ gây phiền phức nghiêm trọng cho nhân loại, nó cũng gây nhiều vấn để cho vũ trụ nữa. Những tai họa trên trái đất sẽ dẫn đến chấn động lớn ở những nơi khác. Thật cần thiết để linh động và đáp ứng với trí tuệ để bảo đảm rằng những việc này không xảy ra. Thí dụ, nếu có quá nhiều người ở vào một nơi, thì chúng ta có thể dùng những trắc lượng viên để giúp họ ở trong một vùng rộng rãi hơn. Nếu chúng ta, như cư dân của thế giới, cùng để tâm chăm chú vào những vấn đề chúng ta đối mặt, chúng ta có thể bảo vệ bất cứ việc gì.

Những sự việc bây giờ đã đến giai đoạn trái đất trở nên rất tả tơi nếu chúng ta không khôi phục lại nó, chúng ta sẽ vô vọng mà nhìn khi chúng ta chết. Vậy thì chúng ta phải làm gì? Cuối cùng, tất cả việc chúng ta làm phải được làm xuyên qua bản tâm chúng ta. Nếu chúng ta không làm việc qua bản tâm, thì dù cố gắng khó nhọc thế nào cũng không thể khôi phục trái đất. Và dù chúng ta có điều khiển cách nào để sửa chữa chút ít theo nghĩa thông thường, cũng không có năng lượng để giữ vững sự sửa chữa đó. Không có cách nào để sống còn. Không chúng sanh nào có thể dùng bản tâm của chúng ta, chúng ta sẽ không thể hấp thu năng lượng hiện hữu trong không gian rỗng suốt quanh mình.

Không bao gồm bản tâm này, những

nhà khoa học học hỏi năng lượng này sẽ không thể thật sự tạo tiến bộ trong sự nghiên cứu của họ. Như thế, những người tu tập dựa trên bản tâm đó phải trở thành một với những nhà khoa học để giúp dẫn họ đến những giải quyết mà sẽ lợi ích cho cả nhân loại.

Tâm vận hành không giới hạn, vì thế nó có thể trở thành trăm, ngàn, vạn. Nó không có tính chất cố định, vì thế nó mang vô số hình dạng và chuyển động trong nhiều cách khác nhau. Bởi vì nó không bao giờ giữ y dạng dù trong một khoảnh khắc, đặt tên là vô nghĩa, chúng ta cũng không thể nói về bất cứ gì chúng ta đã làm.

Vậy, khi những nhà khoa học đang làm việc trên một khu vực nghiên cứu đặc biệt, nếu chúng ta khởi lên một dự định rằng việc làm của họ sẽ tốt đẹp, thì năng lượng đó kết hợp với họ và giúp sự nghiên cứu tiến triển. Nếu chúng ta cứ khởi lên và chia sẻ năng lượng của chúng ta như thế, chúng ta sẽ đạt được pháp lực vô hạn và không thể tin nổi. Nó hoàn toàn vô biên và tinh vi sâu sắc không thể tưởng. Qua nó, người mù có thể thấy, người què có thể đi. Thật ra, nó có thể hướng dẫn và nâng đỡ toàn thế giới.

Nhưng, nếu chúng ta nghĩ, "Chúng ta không có thể làm gì về nó" hay "Nếu điều đó xảy ra, nhân loại sẽ bị tiêu diệt", thì điều đó sẽ xảy ra. Đừng bao giờ bị trói buộc trong ý tưởng rằng chuyện đó đang đến và rồi các bạn sẽ ẩn sâu dưới mặt đất trong những hang hay những hầm tránh bom. Nếu bạn dự trù để cố sống còn bằng cách chứa thức ăn cho vài tháng hay vài năm và sống dưới mặt đất, bạn sẽ chết và tái sanh như một côn trùng đào hang hay loài gặm nhấm.

Ngoài ra, "dưới mặt đất" thật sự có ý nghĩa gì không? Tưởng tượng trái đất khi đang trôi trong không gian, cho dù các bạn chui vào lòng đất, từ phối cảnh này, không có sự khác nhau giữa bề mặt và phía dưới của nó. Vô ích trong việc cố gắng sống dưới mặt đất. Nếu có việc gì sai hỏng với hành tinh, các bạn đào vài tấc đất dưới mặt đất thì tốt đẹp được bao?

Vậy đừng để việc sợ chết khiến các bạn phí thì giờ với những ý tưởng tầm thường như thế. Thay vào đó, các bạn cần đến để biết chân ngã bất diệt của mình. Chân ngã này hiện hữu. Nó là hạt giống duy nhất có thể nuôi nấng toàn thế giới. Nó vẫn đúng như nó là không tăng không giảm và có thể mãi mãi nuôi dưỡng toàn thế giới. Mỗi người chúng ta phải kinh nghiệm chân lý khó tin được này đối với chính mình và làm nó thành của riêng mình.

Một hôm, có ông già đến kể tôi nghe về kinh nghiệm tu tập này của ông ta. Ông đã cảm thấy mình bị bệnh trong một thời gian và rồi ông đến bệnh viện. Bác sĩ bảo ông rằng, trên cơ bản con người của ông đã hỏng hết: bị tiểu đường, bệnh vàng da, những vấn đề về tim và gan… Hơn nữa, bác sĩ bảo rằng vì ông đã lớn tuổi, không thể làm gì được. Bác sĩ đề nghị ông nằm bệnh viện, nơi họ có thể bảo đảm ông ngủ ngon. Có nghĩa là, ông nên ở lại bệnh viện cho đến khi chết.

Vì ông đau nhiều, bác sĩ tiêm cho ông một mũi thuốc, và đó là tất cả việc họ có thể làm cho ông. Ông già bắt đầu khóc vì, xem ra cuộc sống của ông rất vô vọng. Ông tự nhủ qua nước mắt, "Chủ nhân Không! Chân ngã! Thế thì nếu tôi phải chết, thì hãy để nó kết thúc! Nếu ông cần tôi sống, thì hãy để tôi sống. Tùy ông!"

Rồi ông ta rời bệnh viện và về nhà. Ông ta tự nhủ, "Dường như thân này đã tan rã và vô dụng, vậy hãy đổi cái mới ngay đi. Dù sao, hỡi chân ngã, hãy chăm sóc nó theo cách tốt nhất." Ông trải qua nhiều ngày với thái độ này, sự đau đớn bất ngờ biến mất.

Điều này xảy ra vì sự giao phó của ông ta rất chân thành và vì vậy có thể kết nối với bản tâm của ông ta, cái được kết nối đến tất cả phần của thân. Mục đích của ông ta được truyền tải qua thân ông ta, nơi những sinh vật đó bắt đầu đưa nó vào hành động. Vì vậy, sự đau đớn của ông ta biến mất và ông có thể bắt đầu ăn trở lại. Sau đó ít lâu, khi ông ta cảm thấy khá hơn nhiều, ông ta trở lại bệnh viện. Bác sĩ của ông ta sửng sốt, hỏi ông, "Sao ông vẫn còn sống?"

Dĩ nhiên, chúng ta không thể nói rằng đây là thân "của tôi", vì nó thật sự là một tập hợp của vô số những đời sống khác nhau. Vì thế không đẹp sao khi hoàn toàn buông bỏ tư tưởng nó là thân "của tôi", và chỉ cùng nhau sống một cách bình an? Có cần thiết để đấu tranh chật vật để tránh cái chết không? Hãy lắng nghe: Nếu các bạn là người thật sự tin vào căn để của mình, bản thể của mình, thì sau khi bỏ thân, không những các bạn sẽ nhận sự sống khác ngay lập tức, mà các bạn cũng sẽ được sanh ra như một đại nhân.

Tuy nhiên, người ta không sẵn lòng bỏ bộ đồ cũ, liều mạng bám vào những sợi tơ đó. Nếu có thể hoàn toàn buông bỏ mọi dính mắc vào đó, các bạn sẽ khỏe khoắn làm sao! Giả sử các bạn sắp chết ngay bây giờ, để lại năm hay sáu đứa con, các bạn vẫn không có chọn lựa. Các bạn phải từ bỏ tất cả những lo lắng, thương tiếc đó và ra đi. Vậy hãy sống trong buông bỏ tuyệt đối mọi vật, như thể các bạn đang ở giây phút lâm chung, thở hắt ra hơi thở cuối cùng.

Hãy sống không tạo những dính mắc. Yêu thương nhiều như các bạn muốn, nhưng không dính bám vào người khác. Hãy sống một cuộc đời tốt như các bạn muốn, nhưng không dính mắc vào thân các bạn. Người ta trở nên sợ hãi cái chết, và rất vội đến bệnh viện nơi họ trải qua những khó khăn khủng khiếp và chịu tất cả loại phẫu thuật. Tại sao họ náo động với sự khiếp sợ như thế? Tại sao họ phải cắt quần áo cũ của họ thành những mảnh dài trước khi có thể từ bỏ chúng? Bất kể quần áo của các bạn cũ và bạc màu thế nào, không phải cởi ra dễ hơn khi nó còn nguyên vẹn sao?

Đây kết luận của tôi: Người muốn việc gì hơn cuộc sống, không nên cho phép chính mình bị những việc bên ngoài xảy ra với mình lôi kéo. Thay vào đó, họ phải đem mọi thứ mình giáp mặt trở vào trong. Cho dù các bạn có một hiểu biết thông suốt về những gì tôi nói, xin vui lòng, vui lòng đừng lầm điều đó với hiểu biết chân thật. Thay vào đó, có niềm tin vững chắc trong bản thể sẵn có và giao phó mỗi một vật vào đó.

Bất kể việc gì các bạn đối mặt, sự tu tập của các bạn cần là khi các bạn yên lặng giao phó việc gì đến bản tâm, thì việc đó sẽ thay đổi và biểu hiện trở lại thế giới. Sự hiểu biết và tu tập của các bạn phải được dịch ra hành động. Chỉ như thế các bạn sẽ có thể thật sự giải quyết tất cả những vấn đề của gia đình, trái đất và vũ trụ.

NGƯỜI HỎI 1 (nam):

Xin chào. Hôm nay con đến đây để chia sẻ kinh nghiệm của con về bệnh ung thư phổi giai đoạn cuối. Hy vọng những người khác có lẽ tìm được vài ích lợi qua những gì con kinh nghiệm.

Cách đây ba năm, con bắt đầu cảm thấy đau ngực bên trái. Con đi gặp bác sĩ, nhưng ông không tìm ra điều gì trục trặc đối với con. Một tuần sau, lại đau, vì thế con đến một bệnh viện lớn hơn để kiểm tra đầy đủ. Họ nghĩ có lẽ con bị lao, nhưng khi kết quả đưa ra, mọi việc đều tốt. Vậy con chỉ đành sống chung với nó. Ba tháng sau con trở nên đau quá và phải nhập bệnh viện hai tuần với bệnh viêm phổi.

Hai tháng sau giai đoạn đó, con thình lình cảm thấy đau dữ dội sâu xuống phía ngực trái. Con đến ngay phòng cấp cứu và được nhập viện, nơi con mất một tuần chịu đựng mọi thứ xét nghiệm. Trong lúc ấy, con bồn chồn đến nỗi hút thuốc liên tục. Khi kết quả đưa ra, bác sĩ không nói gì với con, vợ con cũng không nói.

Cuối cùng khi con bảo cô ấy nói cho con, cô ấy gập xuống trong nước mắt, nghẹn ngào thốt mấy lời, "Đó là ung thư".

Nghe xong, con cảm thấy đầu óc mình tách khỏi thân, hay đang ở trong cơn ác mộng, không có gì quanh con có vẻ hiện thực. Con không bao giờ nghĩ rằng ung thư là việc có thể xảy ra với con, nó là tai họa của người khác. Con không ngừng kêu gào và hỏi, "Cái gì sẽ xảy ra cho hai đứa con nhỏ của chúng con? Con mới 33 tuổi. Vẫn còn nhiều việc con muốn làm. Tại sao việc này lại xảy ra cho con?" Mọi việc dường như quá bất công, và con giận điên lên. Ai đã trải qua điều này có thể hiểu những gì con cảm thấy khi con ngồi đó kêu gào mãi.

Ngày sau đó, giám đốc khoa nội chuyển chúng con đến một trong những nhà phẫu thuật giỏi nhất xứ, rồi thì chúng con đi gặp ông ta để kiểm tra chi tiết hơn. Kết quả kiểm tra xác định chi tiết của ung thư và ngày hẹn giải phẫu được lên lịch. Trước ngày mổ, con có đi chụp CT scan (CAT scan - chụp cắt lớp toàn thân). Thình lình, đêm đó con được biết cuộc giải phẫu phải bị hủy bỏ, ung thư đã lan lên óc và không có thể mổ chỗ nào nữa.

Cơ hội cuối cùng của con là xạ trị. Nó kéo dài 12 ngày và rất đau đớn. Tóc con rụng hết, con mất 10 kg, và con không thể ăn gì cả. Sau khi xét nghiệm kết quả, bác sĩ của con không hy vọng. Ông nói rằng với ung thư lan đến não, chúng ta không thể mong đợi lợi ích nhiều kể cả hóa trị. Ông cảm thấy dù cố gắng gì đi nữa, con chỉ còn sống ba tháng. Với thời gian ít ỏi và hy vọng nhỏ nhoi như thế, ông nói không có cách nào để tiếp tục những chữa trị đau đớn như thế.

Bây giờ không có cả chút hy vọng mỏng manh từ những chữa trị này. Tất cả điều mà con có thể làm là đợi chết. Con bị choáng váng hoàn toàn. Sau khi rời bệnh viện, vợ chồng khóc suốt đường về nhà. Mẹ vợ con đã đến trông nom những đứa con giúp chúng con, và sau khi chúng con cho bà biết tin, bà cũng bắt đầu khóc dữ dội ngay khi nhìn đến đứa con 9 tháng tuổi. Chúng con quá mất mát và vô vọng, cảm thấy rất khó khăn qua mỗi ngày.

Anh con đang sống ở dưới quê, tại nhà Từ đường của chúng con, anh gọi đến đề nghị chúng con xuống đó vì không khí ở đó hoàn toàn trong lành. Khi chúng con đã đến, người hàng xóm của anh gọi và kể con nghe về Sư bà và Trung Tâm Thiền Nhất Tâm. Vì vậy vợ chồng con đến gặp Sư bà tại chùa chánh An Dưỡng. Sư bà đã nói với chúng con, "Hãy chăm chỉ học cách giao phó mọi sự cho Juingong, bản thể của bạn, và quan sát mà không dính mắc gì. Hãy có niềm tin vững chắc trong bản chất của bạn, Chủ nhân Không, vì nó đang làm tất cả việc!" Khi chúng con thăm Sư bà vài lần nữa về sau, Sư bà cũng lặp lại y việc này.

Lúc đầu, con không biết giao phó là gì, cũng không hiểu gì về Chủ nhân Không. Sau đó con bắt đầu quán sát và cảm nhận được Juingong nghĩa là gì. Con nhận ra rằng Juingong là bản thể bên trong con, và cũng là bản thể của toàn vũ trụ.

Khi con tu tập và kinh nghiệm, con cũng khám phá ra rằng nơi này trong con được gọi là Chủ nhân Không, là cái nắm giữ tất cả sự việc con giáp mặt. Con đến để biết rằng chính Chủ nhân Không cho bệnh tật khởi lên, và chính Chủ nhân Không khiến bệnh tật biến mất. Vì thế con bắt đầu hoàn toàn giao phó mọi sự cho Chủ nhân Không và dựa vào đó.

Căn bệnh thật sự nhiều lần xấu đi. Trong những lúc đó, con đã đến thăm Trung Tâm Thiền Nhất Tâm ở gần nhà anh con và kể cho vị trụ trì về nó. Có lần ông nói một điều mà con không bao giờ quên: "Đừng lo lắng. Chỉ giao phó cái đau cho Chủ nhân Không của anh. Trước khi anh biết chút gì về bản thể của anh, anh ở trong đau đớn vì anh đang trở thành người đau. Bây giờ anh hiểu về bản thể này, cái đau khởi lên vì anh đã tốt hơn. Vậy hãy cứ giao phó nó cho bản thể của anh." Con cố gắng để bỏ nỗi sợ, và giao phó cái đau cho Chủ nhân Không, "Thân này là của ông, vậy cái gì xảy ra là tùy ông."

Khi con làm thế và thư giãn, ở đó đến lúc cơn đau hoàn toàn biến mất. Ngay khi con bị sốc với sự sợ chết, con giao phó điều đó đến bản thể của mình. Con làm thế trong ba năm cuối. Bác sĩ bảo con không thể sống quá ba tháng, và con đã có thể sống hơn ba năm. Khi con giao phó mọi sự cho bản thể, Chủ nhân Không này, con làm việc để ngắm mọi sự một cách tích cực, và để sống với một trái tim trong sáng và rộng mở. Qua điều này, con đã đến để nhận ra rằng mọi sự được thực hiện từ bản tâm bên trong này. Con đã thật sự nghiêm túc về việc dựa trên tâm này. Khi con đau, con cứ giao phó điều đó cho Chủ nhân Không, cứ thế.

Những ngày này, con rất khỏe mạnh, và những bác sĩ nói rằng không có dấu hiệu nào của ung thư. Con chắc chắn rằng đây là kết quả của sự dựa vào và giao phó mọi việc cho bản thể của con, Juingong.

Con muốn nói cho mọi người ở đây: Đừng nao núng trên sự dựa vào bản thể của mình! Hãy say mê với cội rễ căn bản của chúng ta, Chủ nhân Không! Không chút nghi ngờ, Chủ nhân Không ở đó, nằm dưới mọi sự. Con cũng muốn bày tỏ lòng biết ơn vô hạn với Sư bà, những sư cô khác, và tất cả những người đã giúp con và gia đình con. Cám ơn Sư bà rất nhiều.

SƯ BÀ:

Như tôi đã nói trước đây, chúng ta có thể thay đổi mọi sự, không chỉ bệnh tật, vì yếu tánh của tâm chúng ta là không ngừng thay đổi và biểu hiện tùy theo tư tưởng chúng ta cho khởi lên.

NGƯỜI HỎI 2 (nam):

Từ kinh nghiệm tu tập riêng của con, con đã đến để biết rằng chúng ta phải buông bỏ và giao phó mọi sự đến bản tâm này, bao gồm cả những việc quá đáng hay sỉ nhục. Mùa hè này, con cảm thấy như có thể buông mọi sự mà không nghĩ hai lần về nó. Đơn giản giống như liệng vật vào giỏ rác.

Tuy nhiên, một việc mà con để ý là khi con đã giao phó việc gì và nó thành công, có một cảm giác trong sáng và rõ ràng về nó. Nhưng khi sự việc chưa được giải quyết, con để ý cảm giác này đang mất đi. Con tự hỏi có phải vì niềm tin của con yếu đi, hay đó chỉ là cách sự việc vận hành? Có phải sự mất cảm giác này vì tiến trình chưa kết thúc?

SƯ BÀ:

Khi một công ty trao nhiệm vụ cho một nhân viên đáng tin cậy, họ quên đi vấn đề và không phải kiểm tra nữa, phải không? Tuy nhiên, khi họ phải giao công việc cho người thiếu kinh nghiệm, không đáng tin cậy, thì họ phải tiếp tục giữ sự kiểm tra toàn bộ về người đó.

Điều này rất giống việc áp dụng về những gì bạn đang hỏi. Đó là dấu hiệu bạn không hết sức và hoàn toàn tin tưởng vào bản thể của mình. Nếu bạn hoàn toàn tin vào bản thể của mình, thì dù trời sập, bạn cũng không lo lắng. Ngay cả những vấn đề sống chết không làm phiền bạn vì bạn biết Phật tánh sẵn có sẽ chăm sóc sự việc tốt nhất. Những từ "hoàn toàn tin tưởng vào bản thể của mình" ngầm chỉ một năng lực mà ngôn từ không thể chứa đựng. Có một năng lực sâu trong nước khi nó tìm chỗ của nó, dù nó trôi lặng lẽ và thanh thản.

Cũng thế, khi niềm tin của bạn cắm rễ sâu vào bản thể của mình, cả cái chết cũng không làm bạn hoảng sợ. Viễn cảnh của cái chết không làm bạn sợ chút nào. Đây là vì bạn biết rằng ông chủ bên trong là cái đang chăm sóc mọi sự bạn giáp mặt, rằng ý thức và thân bạn chỉ là những đứa trẻ chạy việc cho đức Phật này bên trong chúng ta.

NGƯỜI HỎI 2:

Khi con phản ứng sự việc trong đời sống mà trước nhất không có sự cố gắng rõ rệt để giao phó chúng cho bản thể của mình, thì có làm những tư tưởng, lời nói và hành động trở thành nghiệp của con không?

SƯ BÀ (xua tay):

Nếu sự tu tập dựa trên bản tâm của bạn được ổn định, bạn có thể chăm sóc mọi việc ngay cả khi xem TV.

Bạn có thể vận dụng sự việc trong cõi vô hình khi đang làm những việc khác trong cõi vật chất. Khi bạn thật sự tin vào bản tâm, sự giao phó và sự quan sát là một việc không tách rời. Nếu bạn đã nhận ra rằng mọi sự được hoàn thành bởi căn để này, tại sao bạn cần để tách biệt giao phó những sự việc?

Khi bạn biết hoàn toàn rằng bản thể của bạn đang làm mọi sự, bạn sẵn sàng giao phó mọi việc ngay khi nó đến. Khi người cần lặp lại câu nói: "Chân ngã, chỉ có bạn có thể làm điều này. Bạn hãy chăm sóc nó", thì họ vẫn ở mức bắt đầu và niềm tin vào bản tâm không hoàn toàn ổn định.

Ngay dù đôi khi dường như tôi chỉ ngồi chơi không làm gì cả, bản tâm này (đặt tay vào ngực bà) đang vận chuyển và làm việc rất mạnh mẽ.

Hãy tiến tới tự nhiên từ bản thể của bạn. Khi bạn làm việc, đôi khi bạn sẽ cảm thấy biết ơn, vậy, hãy cảm thấy biết ơn và tiến tới một cách tự nhiên.

Khi bạn cảm thấy biết ơn, hãy tiếp tục và bày tỏ điều đó. Thí dụ, "A, Chủ nhân Không, cám ơn bạn rất nhiều! Cám ơn bạn đã chăm sóc mọi việc trong đời tôi. Cám ơn tất cả những bài học và pháp bạn đã dạy cho tôi." Khi sự việc khởi lên tự nhiên như thế, nó rất đáng tin, rất thật. Khi tôi nói, "Đừng dính mắc quá trong việc cố gắng để cân nhắc kỹ càng hay mạnh mẽ giao phó và buông bỏ." Điều này không có nghĩa đè nén việc gì khi nó khởi lên một cách tự nhiên.

NGƯỜI HỎI 2: *Cám ơn Sư bà.*

SƯ BÀ:

Người hỏi trước đã nói khá lâu về những kinh nghiệm và đau khổ của ông ấy, nhưng dù người ta nói lâu, vui lòng đừng nghĩ, "Đủ rồi, xong rồi! Hãy đi vào pháp thoại!" Lắng nghe kinh nghiệm của người khác cũng là một phần tu tập của các bạn. Các bạn có lẽ tìm ra một câu hay lời thật sự chạm vào tim mình và giúp sự tu tập của các bạn tiến bộ. Nó là tất cả sự tu tập, và tất cả nó có thể là một điều hay chỉ cho các bạn con đường.

NGƯỜI HỎI 3 (nam): *Sư bà! Hôm nay con thật sự tán thán Sư bà!*

SƯ BÀ *(cười): Vậy, những lần khác bạn giả bộ sao?*

NGƯỜI HỎI 3:

Kỳ vừa rồi con rất mù mịt. Dù sao, con thật sự muốn gặp Sư bà hôm nay. Con cũng muốn cho Sư bà biết con sẽ về hưu ngay.

Con cũng có một kinh nghiệm rất hay. Con đang tập hỏi và nói với tự tánh của mình, và từ bên trong con đã nghe, "Nếu bạn đến Trung Tâm Thiền và gặp Sư bà hôm nay, mầm sẽ đâm ra." Điều đó có thể xảy ra thật sao? *(thính chúng cười)*

SƯ BÀ: *Tiếp đi, tôi đang lắng nghe.*

NGƯỜI HỎI 3:

Sau đó con bắt đầu nói với chính mình như thế, con bắt đầu học từ bên trong chính mình. Thật ngạc nhiên!

Thật ra, lần đầu tiên con đến Trung tâm Thiền cũng làm con kinh ngạc. Con không hề được nghe về Trung tâm Thiền hay nguyên lý của Nhất Tâm. Tuy nhiên một hôm con đã nghe buổi nói chuyện của Sư bà tại Phòng KBS ở thành phố Ulsan và quyết định đi. Ngay sau buổi nói chuyện, con tình cờ lấy được ba số khác nhau của tập san Nhất Tâm cũ.

Con giữ chúng trong cặp và đọc đi đọc lại nhiều lần. Con đã đọc và nghĩ về những gì họ đã nói trong sáu tháng, khi một Trung tâm Thiền được mở ở Ulsan.

Tất cả điều này thật sự đã ngấm cái cảm nhận rằng con cần tu tập và nhận ra bản tâm này, cũng như cảm nhận rằng, qua bản thể này, con cần làm một việc tốt hơn để chăm sóc người trong đời mình. Con không có câu hỏi đặc biệt ngày hôm nay, nhưng con tò mò về ý nghĩa của "mầm sẽ đâm ra" là gì. Con chỉ có thể đoán nó nghĩa là việc gì tốt sẽ xảy ra.

SƯ BÀ:

Trong kinh, Phật Thích-ca Mâu-ni cho thí dụ ngôi nhà lửa. Ngôi nhà đang cháy, nhưng những đứa trẻ chơi đùa bên trong không ý thức được điều gì đang xảy ra. Cha chúng ở bên ngoài muốn cứu chúng, nhưng ông sợ nếu kêu lên "Lửa!", chúng sẽ hoảng sợ và chạy sâu vào nhà hơn.

Vì thế ông gọi con mình ra, "Các con, đến đây. Chúng ta sẽ đi và mua cho các con những đồ chơi tuyệt vời!" Dĩ nhiên, những đứa con chạy ra và được cứu. Mặc dù điều này có thể được mô tả như một thí dụ của phương tiện thiện xảo, được dùng để khuyến khích những đứa trẻ chạy ra ngoài, nó cũng là việc tự nhiên khởi lên từ bản thể của ông.

Cũng thế, khi bạn có niềm tin sâu xa trong bản thể của mình và chỉ nhảy thẳng vào những gì bạn đối mặt, dù cho bạn không hiểu cái gì sẽ tiếp tục, bản thể của bạn đáp ứng rất thẳng tắt – "Okay!" Người mà đáp ứng như thế là người chịu trách nhiệm cho sự việc hoàn thành, chính là người có thể chăm sóc mọi sự. Trong một nghĩa tương tự, những gì bạn được nghe về mầm là chân ngã của bạn nhắc bạn nó ở đó. Lấy kinh nghiệm này như một cơ hội làm vững chắc niềm tin và sự tu tập của bạn.

NGƯỜI HỎI 3:

Khi con nghe được pháp thoại của Sư bà hôm nay, một nửa những việc con muốn hỏi đã được trả lời hay bất ngờ được giải quyết. Cám ơn Sư bà, con cảm thấy rất yên tâm!

SƯ BÀ:

Tuyệt diệu! Điều cấp bách nhất mà bạn tự biết chính là gốc rễ của riêng bạn tuyệt vời làm sao. Gốc rễ của bạn rất vĩ đại và là vật duy nhất có thể lãnh đạo bạn. Đừng bao giờ quên điều này!

Chúa Jesus có lần nói rằng những ai không tin vào "tôi", lại đi tin những người khác, sẽ rơi vào hang quỷ hay trở thành đồ chơi cho những ma quái. Ngài đã nói rằng chúng ta phải tin vào tánh thiêng liêng bên trong mỗi chúng ta, nhưng điều này bị hiểu lầm là tin vào chính chúa Jesus.

Đây là những gì tôi nghĩ: Chân lý Jesus nhận ra giống như chân lý của Phật đã giác ngộ, giống chân lý mà tất cả các bạn đang sống trong đó. Chân lý xuyên qua những vận hành của toàn thế giới, hiện hữu khắp nơi và áp dụng đến tất cả chúng ta. Bất chấp mười ngàn người hay mười triệu người giác ngộ, tất cả họ nhận ra chân lý như nhau. Chân lý này xuyên qua mỗi một vật vận hành trong vũ trụ.

Dù mọi vật chưa vận hành với nhau như một, ngay trong điều này, không có gì cố định và bất biến. Nghĩa là ngay chân lý mà mọi vật vận hành với nhau như một là không. Nó luôn trôi chảy, biến đổi và biểu hiện bằng cách khác, không có gì về nó mà bạn có thể tóm lấy hay dán nhãn hiệu. Đây cũng là cách mọi sự và mọi người vận hành.

Vậy hãy giao phó mọi việc bạn làm đến bản thể của mình; hãy giao phó mọi việc bạn kinh nghiệm, mọi việc bạn thấy và nghe. Hãy giao phó tất cả những việc này trong khi buông bỏ bất cứ những tư tưởng về sự giao phó. Nếu bạn có thể thật sự tin vào cội rễ như thế, bạn sẽ chắc chắn đến để biết cội rễ của mình. Hãy tu tập như thế, và miên mật về nó!

Cách đây đã lâu, tôi ngắm nhìn một dòng suối chảy trọn ngày. Suối không nói gì với tôi, vì thế tôi ngồi ngắm thêm ba ngày nữa. Thật khó mà tin sao tôi lại ngốc như thế! Tức là, đôi khi bạn cần ngốc nghếch như thế khi muốn khám phá và học hỏi dựa trên bản tâm của bạn. Xin mọi người thật sự tu tập tích cực. Nếu chúng ta sống chỉ một đời, có lẽ tôi không nói với bạn bất cứ gì về điều này. Tuy nhiên, chúng ta đã đi qua đời này đến đời khác, vì thế chúng ta phải thực hành!

Thế giới này là trung giới; mục đích của nó là chọn lọc ra những chúng sanh và gửi họ lên những cõi cao hơn hay thấp hơn. Bây giờ là lúc để chúng ta nghiêm túc rời cõi này đến cõi cao hơn – thượng giới, vượt qua mọi nhãn hiệu như "cõi cao hơn".

Cám ơn tất cả các bạn đã đến. Hôm nay hãy dừng ở đây.

5.
Bảo vệ trái đất

Ngày 4 tháng 8 năm 1991

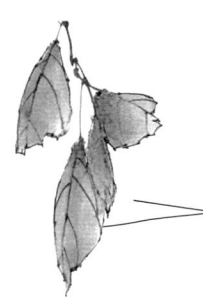

*Buông bỏ và buông bỏ
những tập khí tư tưởng của các bạn*

Phật tánh là cốt tủy của vũ trụ

Đã hai tháng kể từ lúc chúng ta gặp như thế này, vì thế tôi hoan hỷ gặp lại các bạn lần nữa.

Nhìn quanh thế giới mà chúng ta đã được sanh ra này, rõ ràng là qua tâm và hạnh của chúng ta, và bởi sự quan sát việc làm của những điều này, chúng ta có thể phát triển chính mình và chăm sóc hành tinh. Thật ra, không phải tôi phóng đại khi nói rằng chúng ta có thể là những người canh giữ trái đất.

Nếu muốn có thể chăm sóc xứ sở của chúng ta, cũng như những vấn đề toàn cầu và tạo điều kiện cho một tương lai phát triển và hòa bình, thì chúng ta phải có những tư tưởng dứt khoát. Tuy nhiên, nếu dụng tâm thiếu thận trọng, thì thay vì hòa bình, chúng ta sẽ nếm mùi đau khổ và xấu ác.

Nhưng tôi chắc các bạn hiểu, nếu chúng ta bắt đầu tách rời sự vật, chúng ta không nói về Phật giáo hay Phật pháp nữa. Toàn thể sự hiện hữu của các bạn là Phật giáo. Không một người đơn lẻ nào, không một vật riêng nào trong vũ trụ có thể bị tách rời khỏi điều này.

Phần đầu của chữ Phật giáo, "Bul" (Phật) trong tiếng Đại Hàn, nghĩa là Phật tánh mỗi một các bạn đều có. Phần thứ hai, "gyo" (giáo), chỉ cho sự ảnh hưởng lẫn nhau và sự cộng thông xảy ra giữa chúng ta. Khi chúng ta gặp nhau, chúng ta tự nhiên tác động với nhau, phải không? Tất cả các bạn là Phật giáo, và mọi vật trong vũ trụ cũng là Phật giáo. Hôm nay trên núi, tôi gặp một cây thông mà tôi thường thấy. Dù là ngày khác, chúng tôi nói về những việc khác; mỗi lần chúng tôi gặp nhau, chúng tôi kết nối và cộng thông với nhau.

Dù hiển nhiên rằng các bạn và tôi có thân thể khác biệt và cuộc sống khác nhau, chúng ta đã kết nối như một qua bản thể của mình, như thế tâm chúng ta có thể cộng thông với nhau và làm việc với nhau như một.

Tuy nhiên, nếu chúng ta không biết rằng chúng ta luôn làm việc với nhau như một, qua bản thể của mình, thì chúng ta giống như một ngôi nhà bị bỏ hoang. Giống như chúng ta liên tiếp bị trộm và năng lượng của chúng ta đã bị cướp mất.

Vì điều này, có nhiều người thất bại trong đời sống. Nếu bạn giống một ngôi nhà trống, nếu năng lượng của bạn luôn luôn bị mất thì thân thể bạn có thể dễ dàng suy nhược, tâm bạn trở nên kiệt quệ và sẽ rất khó để sống một cuộc đời an ổn và ngay thẳng. Khi sự việc đến điểm này, hài hòa và an lạc sẽ là những người lạ trong nhà bạn. Khi rễ cây không khỏe, làm sao lá và nhánh có thể sum suê?

Phật pháp không tách rời bất cứ ai trong chúng ta. Nó là sự vận hành ngay đó, trong mỗi việc chúng ta làm. "Phật" chỉ cho Phật tánh tối hậu của chúng ta, là bản thể tối hậu của toàn đời sống và có khả năng vô hạn. Tất cả chúng ta có khả năng như thế nếu chúng ta khởi tư tưởng, chúng sẽ biểu hiện trong thế giới này, và đây được gọi là "pháp". Cho dù chúng ta đã tiến hóa đến loài người, nếu không dùng khả năng này để khởi những tư tưởng, làm sao chúng ta có thể gọi mình là con người?

Năng lượng đang trôi qua mọi vật trong vũ trụ, luôn luôn đến và đi, được sử dụng và chuyển đổi đến những hình thể khác của năng lượng. Đây là cách toàn vũ trụ hoạt động.

Hãy nghĩ về điều này: Phật Thích-ca Mâu-ni dẫn dắt tất cả chúng sanh và trở thành một với tất cả họ. Ngài không loại trừ một người nào. Ngài tập hợp tất cả họ với nhau trong một tâm, là nơi vượt trên tất cả danh và thể được đặt để. Ngài đặt tất cả họ vào đây, vì thế không nói quá rằng Ngài đã kết hợp họ với năng lượng của toàn vũ trụ. Nếu từ năng lượng được kết hợp này, bạn cho khởi lên một tư tưởng, nó sẽ biểu hiện vào thế giới. Toàn thể tiến trình này được chúng ta gọi là "Chuyển Pháp Luân".

Khi y phục của chúng ta bị sờn cũ và hết mặc được, chúng ta ném chúng đi và thay bộ đồ mới. Nhân loại làm thế và những ngôi sao cũng làm thế. Khi thân thể chúng cũ tàn, chúng bỏ nó và thay một ngôi sao mới. Sự khác nhau duy nhất là chiều dài của mạng sống.

"Bỏ y phục của các bạn ra" không phải là chết. Tại sao? Vì còn Phật tánh. Mọi vật mà chúng ta phân tán ra và trở lại với những yếu tố cơ bản của nó, và vẫn chính như nó là; như thế, chúng ta nói đó không phải là chết. Khi những điều kiện có đủ, Phật tánh chỉ tập hợp lại và lấy hình dáng như một thân mới. Đây giống như khi miếng vàng bị gãy và cũ được đưa vào lò nung. Nó sẽ trở ra như những chiếc nhẫn, vòng đeo cổ và như thế nó vẫn là vàng. Cũng vậy, bất kể những gì xảy ra, Phật tánh ở đó.

Cho dù Phật tánh này đang ẩn trong tất cả chúng ta, nhưng chỉ có Phật tánh thì không đủ. Nó phải được thực hành và áp dụng. Chỉ lúc đó nó sẽ khả dĩ để các bạn, qua bản thể, trở thành một với mọi sự.

Làm việc với nhau như thế, năng lượng được gửi trở ra trong những hình dáng khác nhau. Đây là Chuyển Bánh Xe Pháp. Theo lối này, mọi vật gồm cả chúng ta, được tái sanh qua toàn thể vĩ đại này.

Buông bỏ và buông bỏ những tập khí tư tưởng của các bạn

Nếu chúng ta quay ngược sự tu tập này, chúng ta không thể vượt lên mức chúng ta đang ở. Chúng ta sẽ bị dính mắc trong trạng thái giống nhau. Ngay cả sau khi chết, các bạn sẽ bị trói buộc trong những ý tưởng các bạn có trong khi sống và sẽ nghĩ lầm là các bạn vẫn mang một thân xác.

Nếu chết với tâm không sáng suốt, các bạn sẽ không thay đổi được những ý tưởng này của quá khứ. Như thế các bạn sẽ nghĩ rằng các bạn có hình thể giống như các bạn đã có khi sống, các bạn sẽ không biết nơi các bạn định đi và không thể bước tới một bước nào.

Nói cách khác, tất cả nghiệp tốt và xấu các bạn đã gieo trồng sẽ đầy khắp thế giới quanh các bạn và đuổi theo các bạn như chiếc bóng. Vì thế các bạn không thể di chuyển tới trước dù chỉ một tấc. Đây thật sự là cách sự vật hiện hữu và là những gì nhiều người phải chịu qua.

Vì thế tôi cứ bảo người ta buông bỏ và buông bỏ những tập khí tư tưởng họ đã làm khi sống trong lãnh vực vật chất; nhưng tôi không nói rằng cuộc sống thường ngày là việc phải tránh. Chân lý có mặt qua mỗi phần của cuộc đời các bạn. Chúng ta sống tại giao điểm của hơi thở vào và ra, phải không? Nếu bạn hít vào mà không thể thở ra, bạn sẽ chết, phải không? Cũng thế, nếu bạn thở ra nhưng không thể hít vào, bạn cũng sẽ chết. Nếu ai hỏi "Phật tánh ở đâu?" hay "Bản thể của bạn ở đâu?" Tôi trả lời, "Bạn sẽ khám phá ra nó ở giữa mọi vật đến và đi."

Đây cũng là câu trả lời cho câu hỏi, "Cái gì nhận hiểu mọi vật và đáp ứng lại?" Ngày xưa, những vị giác ngộ sẽ giữ im lặng, nhưng sẽ trả lời qua tâm, rằng, "Nó luôn luôn ở đó, nhận và đáp trả, đưa năng lượng vào và gửi nó ra, không ngừng trôi chảy." Nhưng những đạo sư đôi khi cũng vẫn hỏi, "Phật tánh ở đâu?" để xem những hành giả có ngộ ra bản tánh của họ không. Hay các ngài có thể hỏi, "Về nhà là đúng hay rời nhà là đúng? Cho là đúng hay nhận là đúng?"

Dù sao, thói quen của tư tưởng và dự định mà chúng ta đã tạo khi sống thường dính bám vào chúng ta ngay cả sau khi chết, và những thứ này ngăn cản chúng ta tiến bộ. Tại sao vậy? Trước hết, người ta chịu đựng rất nhiều để có một gia đình, một mái nhà, và tiền, vì thế có thể rất khó cho họ từ bỏ những dính mắc này.

Vấn đề thứ hai ngăn cản người ta tiến bộ sau khi chết là thói quen dính mắc vào con cái. Ngay khi bạn còn sống, con trai và con gái của bạn không chấp nhận sự xen vào đời sống của chúng, phải không?

Nhưng, một khi bạn mất thân thể, thói quen dính mắc này sẽ khiến bạn lòng vòng và xen vào những việc mà con bạn cố làm. Khi làm thế, cuối cùng bạn làm hại con cái mình. Người ta hành động như thế vì người ta không nhận ra rằng con cái là sự tiếp nối của chính họ, thay vì nghĩ lầm về con cái như người tách rời khỏi chính họ. Những phân biệt sai lầm như thế sanh ra tất cả những dính mắc. Nếu cha mẹ không thể buông bỏ những dính mắc này khi sống, nó sẽ theo họ sau khi chết và thường ngăn cản họ tiến tới.

Thứ ba, cho dù ai đó đã buông bỏ những dính mắc về con cái, tài sản và gia đình; những ý thức về những đời sống cấu tạo thân xác họ có thể vẫn là vấn đề. Nếu bạn không làm tan biến sự tập hợp của những nghiệp thức tốt và xấu trong thân bạn, đã được tạo qua nhân quả, thì bạn vẫn có một thời gian khó khăn để cố bước ra khỏi ảnh hưởng của những thứ đó và tiến bộ.

Vì thế, sau khi bạn chết, cho dù bạn muốn tiến tới, những trạng thái nghiệp đó của ý thức liên tiếp biểu hiện trước bạn, khóa kín đường của bạn. Chúng xuất hiện và bám theo bạn như cái bóng.

Vì bạn chết mà không biết chân lý Bất Nhị và Không, bạn không biết cách điều khiển những trạng thái nghiệp thức đó khi chúng liên tiếp xuất hiện trước bạn. Cho dù dường như chỉ có một sợi lông chó rụng trước mặt bạn, bạn sẽ do dự vì lo lắng bước lên nó. Vậy khi có vẻ như thể bạn bị bao vây bởi những việc khủng khiếp trong mọi chiều hướng, làm sao bạn có thể tiến lên dù chỉ một tấc thôi?

Hay, bạn có thể bị trở ngại bởi nghiệp xấu đang mang, dường như bạn bị quỷ thần tấn công, với một vài vị thiếu mắt, vị khác thiếu tay hay chân, và còn những vị với hình dáng bạn không thể tưởng tượng ra khi sống. Mọi việc bạn đã sống trong những đời quá khứ thế nào – những gì bạn làm, những gì bạn nói, và ngay cả những tư tưởng bạn khởi lên – tồn tại trong bạn. Sau khi thân vật lý biến mất, những nghiệp thức bạn đã tạo này sẽ tiếp tục theo bạn. Vậy bất kể bạn ở đâu, cũng không thoát khỏi chúng.

Làm sao bạn có thể tiến bộ? Nếu bạn hoàn toàn buông bỏ những ý thức này, bạn sẽ tự do đi. Tuy nhiên, bao lâu bạn còn bị trói buộc bởi chúng, chúng tràn ngập nhận thức của bạn, và dính bám với bạn như cái bóng. Bất kể những gì bạn đạt được, bất kể bạn đến xa thế nào, chúng vẫn ở đó với bạn. Ngay khi bạn trở lại thế giới này, những nghiệp thức đó vẫn theo bạn. Chỉ khi thoát khỏi những ý thức đó, bạn sẽ thoát khỏi mệt mỏi hay bị những lãnh vực vô hình nhận biết.

Những trạng thái nghiệp mang theo này khiến chúng ta liên tiếp bị theo đuổi và xét đoán. Như thể người lãnh đạo cơ quan tình báo đã đưa tất cả nhân viên nhắm vào chúng ta. Hãy tưởng tượng cõi trời Đâu Suất đang kiểm tra cẩn thận mọi việc bạn làm. Làm sao bạn trốn thoát loại cẩn mật này? Tất cả sự xuất hiện được ghi lại trong bản tâm của bạn - luôn luôn cộng thông với cõi Đâu Suất - vì thế nó thấy rõ ràng mọi việc bạn đã ghi chép.

Dù cho bạn chạy năm trăm năm, bạn không thể trốn thoát khỏi những con mắt của cõi Đâu Suất. Cách duy nhất để thoát khỏi điều này là cứ giao phó và giao phó bất cứ gì khởi lên về lại bản thể của bạn.

Đem bất cứ gì xảy ra và đưa trở lại nơi nó khởi lên. Khi bạn làm thế, thì những sự vật không được làm bởi 'ta', 'tôi' ; hơn nữa, chúng được hoàn thành bởi bản thể. Bản thể của chúng ta nhận biết mọi sự và thật sự làm ra mọi thứ. Cuối cùng, nó hướng dẫn chúng ta, và chúng ta chỉ thực hiện cho bản thể của mình. Vậy hãy giao phó mọi sự cho Chủ nhân Không, biết rằng "Chủ nhân Không là người làm tất cả việc này, vì thế nó là người có thể chăm sóc tất cả việc này." Theo cách này, bạn có thể thoát khỏi những nghiệp thức đó.

Thay vào đó, người ta thường đi quanh tràn ngập những tư tưởng về "tôi", nghĩ họ là người đang làm mọi việc. Hơn nữa, rất nhiều thứ được đưa vào trong quá khứ, và bây giờ liên tục trở ra lại. Nhưng thay vì làm tan biến điều này, người ta cứ lặp đi lặp lại hoài. Thật là xấu hổ.

Tất cả điều đó sẽ trở lại với họ trong tương lai. Không có gì thay đổi. Bạn cần hiểu rằng mọi thứ bạn làm được ghi lại tự động bên trong bạn. Ngay khi những việc này trở lại trong hiện tại, bạn phải đưa chúng vào bản thể của mình. Nếu bạn có thể làm điều này, những ghi chép trước đây sẽ hoàn toàn bị xóa. Rồi, trở lại thí dụ trước của tôi, dù cho những thám tử tình báo kiểm tra bạn đến tận cùng, không có gì để lại cho họ tóm cổ bạn. Bạn sẽ hoàn toàn thoát khỏi nghiệp thức.

Một khi hiểu được nguyên lý "Không" này, bạn sẽ tiến lên buông bỏ – đến bản thể của bạn – tất cả những việc bạn đương đầu trong cuộc sống hằng ngày.

Ngay bây giờ, mọi vật bạn thấy, nghe, làm và đối mặt – tất cả những thứ này đang liên tục trôi qua. Không có gì của chúng giữ lại đàng sau, không có gì của chúng tồn tại bất biến. Mỗi phần của chúng đã trôi đi. Khi nhận ra điều này, bạn không cho phép dính mắc, lo âu hay đau lòng nằm vào bên trong bạn. Chúng ta được xem như ăn và rồi bài tiết, ăn rồi bài tiết nữa.

Điều này có vẻ tầm thường, nhưng đây đúng là cách thế giới của chúng ta vận hành. Nếu bạn đang quyết tâm buông bỏ những việc mà người ta thường đeo đuổi, và nếu bạn hoàn toàn hiểu bản chất của cái bạn đang gọi là 'ta' và 'tôi' thì bạn sẽ khám phá ra bên trong bạn có khả năng để lĩnh hội và kiểm soát tất cả sự việc của thế giới này.

Thật vậy, hãy đưa tu tập của bạn vào thực hành

Tất cả các bạn có khả năng này, nên đây là nơi bạn cần tập trung sự chú ý. Đừng để mất mình trong lý thuyết của người khác. Những điều đó vô dụng đối với bạn. Nếu bạn không làm việc đưa khả năng này vào thực hành thì khi bạn rất cần nước suối trong sạch này, bạn sẽ không thể hớp được một hớp nào. Cho dù thân bạn tàn tạ và kiệt lực, bạn sẽ không thể nạp đầy năng lượng trở lại.

Bạn phải biết rằng, "Mọi việc gồm cả những vấn đề sức khỏe của tôi, khởi lên từ bên trong một tâm, vì thế bên trong một tâm là nơi nó phải được giải quyết. Nếu tôi nhận rằng tôi và chân ngã của tôi không tách biệt nhau, thì tôi có thể làm một công việc tốt cho sự chạy việc vặt."

Ngay cả tư tưởng này, giao phó cho bản thể của bạn, sẽ khiến năng lượng chảy vào thân bạn, và những bệnh tật do thiếu năng lượng sẽ biến mất. Hơn nữa, khi bạn thực hành như thế, tất cả những sinh vật khác nhau tạo thành bệnh tật trở thành một với bạn. Mỗi vật trở thành "chính tôi". Vô số những hình thể của chính tôi này sẽ không làm đau chính tôi. Những ngón tay trên cùng bàn tay có làm đau lẫn nhau không? Không.

Bao lâu nghiệp thức còn điều khiển bạn, bạn không thể tiến một bước nào. Bất kể bạn chạy xa thế nào, chúng vẫn lẳng vẳng bên bạn như một con ma. Ngay sau khi bạn lìa đời và sau đó tái sinh, bạn vẫn trở thành trạng thái tương ứng với mức độ của tư tưởng và hành vi của bạn trong đời quá khứ.

Thế thì bạn phải nâng cao mức độ của bạn, và cách để thực hiện điều này là liên tục giao phó mỗi tư tưởng cho bản thể của bạn. Hãy tin rằng tất cả sự việc được hoàn thành bởi bản thể của bạn, giao phó mọi sự cho nó và như thế tự giải thoát.

Dù có vẻ như bạn hoàn toàn giải thoát khỏi những ý thức đó, nếu chỉ một chút tàn dư còn sót lại, ý tưởng về "tôi" vẫn cứ còn, như những thói quen của bạn. Đây nghĩa là sau khi chết, nó giống như trên con đường bạn cần qua sông, bạn sẽ phân vân nước quá sâu hay quá xiết, vì thế không thể qua được. Nếu linh hồn bạn cố gắng thay vì chờ một con tàu đưa qua bờ kia, bạn có thể phí dễ dàng cả 500 đời hay hơn, chờ một con tàu không bao giờ đến.

Vì thế bạn phải hoàn toàn buông bỏ. Trong Phật giáo, có một thần chú nói rằng "Hãy qua những ngọn đồi, và ở đó bên kia bờ sông, chúng ta sẽ gặp. Ở đó, bên bờ kia, chúng ta có thể tìm ra ánh sáng bất diệt, mênh mông." Đây là ý nghĩa của câu thơ tiếng Phạn "Gate, gate, paragate, parasamgate Bodhi svaha."

Nếu bạn muốn vượt qua được những ngọn đồi và những con sông đó và kinh nghiệm được ánh sáng này, thì bạn cần đưa vào tư tưởng "Mọi vật, mọi năng lượng và vấn đề, mỗi một hình thể của đời sống, không tách rời khỏi tôi. Không đời sống nào tạo ra thân này tách rời khỏi tôi. Mọi vật được kết nối với tôi, không gì hiện hữu riêng."

Tôi đã nói với bạn điều này nhiều lần trước đây vì điều này rất quan trọng để bạn hiểu. Không có gì tách rời khỏi bất cứ gì khác, vì thế nếu bạn lấy riêng một vật, bạn không thể thấy được chân tánh của nó. Nếu hiểu sâu điểm này, bạn sẽ biết ý nghĩa "Mơ là tỉnh, và tỉnh là mơ". Nếu bây giờ bạn thức tỉnh, thì bạn sẽ tỉnh thức trong những giấc mơ và thức tỉnh sau khi chết.

Nếu mắt bạn tỉnh thức như thế và tai bạn mở ra, thì với một tư tưởng, ngay cả những con sông đáng sợ và những đồng bằng bất tận sẽ không làm phiền bạn thêm nữa. Bạn có thể phải đối mặt với những ngọn núi quá cao không thể vượt qua, những đồng bằng không bao giờ dứt, hay những con sông quá sâu và chảy xiết nhận chìm bất cứ ai, và bức tường lửa dọa đốt bạn ra tro. Nhưng với một tư tưởng thôi, những việc này sẽ biến mất hết.

Nhưng, nếu bạn không hoàn toàn buông bỏ những ý tưởng cứng nhắc, thì dù bạn có thể qua được vài chướng ngại này, bạn có thể thấy mình bị trở ngại bởi những thứ khác. Thí dụ, bạn có thể vượt qua những ngọn núi, chỉ để tìm ra chính mình đang chờ một con tàu không bao giờ đến.

Bạn là Phật tánh

Toàn thể vũ trụ này – mọi vật trong nó và mọi vấn đề – là Phật tánh. Những ngôi sao là Phật tánh và nhân loại là Phật tánh. Phật tánh đang vận hành như một toàn thể được kết nối với nhau. Sự vận hành được kết hợp này hấp thu mọi vật như một lỗ đen hay một xoáy năng lượng.

Nhìn những ngôi sao, những hành tinh, và sao chổi. Một số khổng lồ và một số khác bé tẹo, phải không? Chúng luôn luôn hiện ra và biến mất, trong khi tách ra thành từng mảnh, trải rộng ra, tụ họp và hình thành những hình thể mới. Toàn bộ và mọi vật trong nó đang vận hành như thế, nhưng nếu bạn không biết điều này và giới hạn tầm nhìn của bạn với cái thấy nhỏ hẹp về sự vật, thì bạn sẽ không thể đóng tròn vai trò của một đại nhân. Bạn sẽ chỉ có thể đóng vai trò một tên sai vặt, tiêu cuộc đời chạy theo những việc nhỏ nhặt, tầm thường. Sẽ rất khó khăn cho bạn để vượt khỏi mức độ này bao lâu bạn vẫn không nhận ra cách toàn thể làm việc.

Cũng vậy, nếu bạn không thể hoàn toàn buông bỏ, bạn sẽ không thể bước vào vòng xoáy năng lượng này vì nó sẽ giống như một vòng lửa và những ngọn lửa sẽ làm bạn khiếp sợ. Như thế, bạn sẽ không nếm được ngay cả mùi vị chứng ngộ yếu nhất. Bạn sẽ không đạt được giải thoát là ánh sáng vĩnh cửu này. Nếu bạn có thể nhận ra ánh sáng vĩnh cửu này, bạn sẽ là người tự do thật sự, người không bị vòng sống chết đẩy quanh.

Dù chúng ta nói nhiều về những việc khác nhau ở đây, bên dưới tất cả chúng là tâm. Có rất nhiều Phật tánh! Mọi vật hiện hữu như Phật tánh. Đây là nền khiến nó có khả năng để chúng ta khởi những tư tưởng. Đôi khi nền này, Phật tánh, cũng gọi là tâm. Dĩ nhiên, Phật tánh và tâm không hẳn là giống nhau.

Phật tánh là cốt tủy của đời sống chúng ta và có thể cho chúng ta sanh ra. Đó cũng là bản thể có thể cho chúng ta khởi lên những tư tưởng và là bản thể có thể cho những tư tưởng đó vận hành khắp thế giới, khi chúng ta giao phó chúng. Vận hành qua Phật tánh của chúng ta, những tư tưởng đó biểu hiện vào thế giới và trở thành pháp. Vì thế nói Phật tánh và pháp không thể tách rời. Nếu bạn có bản thể của cuộc sống này, bạn có thể cho khởi lên tư tưởng, rồi thân và thế giới vật chất sẽ chuyển động theo.

Tôi không thể nói hết nó quan trọng đến thế nào đối với bạn để bạn tự thoát khỏi những loại dính mắc và những định kiến mà tôi đã đề cập trước đây. Nếu bạn không làm điều này, thì những việc bạn đưa vào sẽ tiếp tục đưa trở ra và ngăn cản bạn sống tự do. Nếu bạn không xóa bỏ dữ liệu đó, dù bạn có chạy xa bao nhiêu, nó sẽ vẫn tìm ra bạn và khiến bạn chịu kết quả của những gì bạn đã đưa vào.

Bạn sẽ bị nhốt trong một nhà tù với những bức tường và những chấn song vô hình. Trong nhà tù này, tâm và tinh thần của bạn bị quản thúc và không thể cử động tự do. Một vấn đề xa hơn là bạn không nhận ra những gì đã xảy ra cho bạn. Bạn nghĩ bạn vẫn là một con người cụ thể và bạn có thể bị ảnh hưởng bởi những vật bạn thấy. Bởi vì bạn nghĩ những vật ấy có năng lực hơn bạn. Và vì thế bạn không thể chuyển động tới trước.

Có ai hỏi gì không? Lý do tôi hỏi vậy là vì tôi muốn có một cuộc thảo luận tự do và cởi mở. Chỗ ngồi của tôi trên pháp tòa ở đây không có nghĩa tôi là một nhân vật đặc biệt và bạn là người có chỗ đứng thấp hơn. Điều tôi muốn nói là chúng ta có một số người ở đây, và mặt khác, những người ở phía sau lưng kia không thể thấy được tôi!

Tuy nhiên, tôi đã và đang làm việc với nhiều cách thức qua bản tâm này. Bạn không nên coi thường điều này, nhưng cũng không nên tôn sùng thân xác này của tôi. Bạn có biết các Đại thiền sư và chư Phật đã làm những gì không? Vai trò vĩ đại nhất của các ngài là làm việc không ngừng qua lãnh vực vô hình, năm mươi phần trăm thực tại vô hình. Tất cả các bạn đã nghe những bài giảng này, nhưng có thử đưa chúng vào thực hành như thế không?

Chăm sóc sự vật một cách khôn ngoan

Tâm không hiện hữu như một vật thể, vì thế nếu bạn nhận biết sâu xa và có thể áp dụng tâm này của chúng ta, thì khi bạn trở thành một với bất cứ gì bạn gặp phải, bạn sẽ có thể chăm sóc mọi việc, để những tư tưởng bạn cho khởi lên sẽ tự do biểu hiện vào thế giới. Đây được gọi là "Bảy kho tàng của sự Rỗng Không Sống Động".

Không những bạn sẽ có thể giúp đỡ nhiều cho người khác, mà cũng sẽ giúp chăm sóc những vấn đề liên quan đến những hành tinh và vũ trụ. Có vài điều thật sự lý thú, nhưng nếu tôi nói, bạn sẽ nghĩ tôi điên. Dù sao, điều quan trọng là tất cả các bạn cần học chăm sóc sự việc trong cùng một cách như những bậc giác giả và chư Phật. Các bạn sẽ có thể sẵn sàng với bất cứ gì khởi lên, nhỏ hay lớn, và đáp ứng thích đáng. Đó là đường lối làm việc của tâm, vì tâm này của chúng ta là một vật trôi chảy, sống động, có thể biểu hiện như bất cứ vật gì.

Đôi khi những nhà khoa học hiểu biết mau chóng những gì tôi nói. Thí dụ, năng lượng bị kéo vào lỗ đen, và tụ họp với nhau ở đó và rồi đi ra và phân tán trở lại. Cũng thế, Phật tánh là bản thể vĩnh cửu của tâm chúng ta tụ họp với nhau và rồi phân tán. Trong những nơi và những lối không thể tính kể, nó liên tục đến với nhau và tách rời. Nó giống như hơi thở, giống thở vào và thở ra. Tâm chúng ta cũng là thành phần của luồng này, vì thế tất cả chúng ta có khả năng bẩm sinh để kéo lên và dùng năng lượng này khi cần. Khi năng lượng này biểu hiện vào thế giới, chúng ta có thể gọi đây là "Chuyển Pháp Luân".

Năng lượng chúng ta gửi ra di chuyển và hoạt động. Và nó cũng sản sinh ra vật khác. Hãy nghĩ về cách một đứa trẻ sinh ra. Trước hết, cha mẹ huy động năng lượng này bằng sự cho khởi lên một ý định và áp dụng nó qua hành động. Nếu không có ý định để hành động theo sau, làm sao một đứa bé có thể sanh ra?

Tôi biết điều này dường như ngớ ngẩn, nhưng đây là điểm rất quan trọng. Những ngôi sao sanh ra cũng y như thế. Những ngôi sao cũng sanh ra từ luồng năng lượng này của toàn thể. Chúng cũng phóng ra năng lượng, và năng lượng đó tụ họp với nhau qua sự liên hệ và hấp dẫn chung.

Tất cả những điều này khởi lên từ sự vận hành được kết nối với nhau của toàn thể, nó không chỉ xảy ra ngẫu nhiên hay tách biệt khỏi những vật khác. Tất cả được nối kết với nhau, vì năng lượng không hiện hữu như một hình thể cố định.

Nếu chúng ta nhìn năng lượng này như một toàn thể, nó không tăng không giảm, vì được điều chỉnh bởi tác động kiểm soát và cân bằng của bản tâm chúng ta. Thí dụ, nếu sót điều này, năng lượng đó phải tăng quá mức, và những kết quả sẽ thảm khốc ngoài tưởng tượng. Ngay cả khoa học cũng không có từ nào để mô tả những tệ hại ra sao.

Dù sao, bạn phải bắt đầu bằng sự thoát khỏi "tôi" và "ta". Đây là việc quan trọng nhất. Nếu bạn có thể làm điều này, bạn sẽ không để lại bất cứ dấu vết nào về những gì bạn đã làm, nghĩa là bạn sẽ không tạo những tập nghiệp. Nếu bạn không thoát khỏi 'cái tôi' này, thì bất cứ gì bạn làm sẽ để lại những dấu vết và nghiệp thức giam cầm bạn.

Làm sao bạn có thể tự do tiến bước qua tất cả mọi lãnh vực, cả hữu hình và vô hình và làm tròn những vai trò của một người giác ngộ? Bạn sẽ bị bỏ rơi, sống chật vật trong một nhà tù vô hình. Đó là lý do Phật nói, "Vượt thoát, vượt thoát, thoát khỏi nhà tù của đau khổ này."

Dành thì giờ để phản quan tự kỷ

Có gì khác để nói không? Tôi đã giải thích mọi thứ về điều này, vì thế tôi hy vọng rằng bạn đã nắm được những điểm then chốt ngay bây giờ. Xin vui lòng nghĩ kỹ về những gì tôi đã nói. Nếu trong khi làm việc, bạn thình lình nhớ đến điều gì từ một bài pháp thoại, hãy lấy nó áp dụng cho những việc bạn gặp phải, và rồi giao phó tình trạng đó đến bản thể của bạn.

Nếu bạn có cơ hội, hãy để chút thời gian nghĩ về những điều này. Nếu bạn không phản quan tự kỷ, tâm bạn sẽ không tiến hóa; bạn sẽ không thể trưởng thành. Nếu bạn không nghĩ chút nào về những việc này, bạn có thật sự là một con người không? Làm sao bạn khác với tảng đá hay mảnh gỗ? Làm sao có thể lớn mạnh?

Hãy nhìn tất cả sinh vật trong thân bạn – những thứ này là chứng cứ của nơi từ đó chúng ta đã tiến hóa. Bạn cảm thấy tốt nếu dạo trong những ngọn núi, hay nếu bạn dừng lại và ngắm nước chảy, phải không? Mọi người thưởng thức điều này vì nó là nhà của các bạn. Bạn cảm thấy tươi mát lại khi nhìn núi xanh hay khi ngắm cá bơi trong nước.

Những nơi này là nhà bạn, nơi bạn đến từ đó. Đó là những hình dáng bạn đã mang trong nhiều kiếp để tiến triển thành con người. Tất cả chúng ta đã sống như những chúng sanh bò trườn trên mặt đất, và như những chúng sanh đi bằng bốn chân. Ngay bây giờ chúng ta vẫn còn lại một chút xương đuôi.

Nhưng chúng ta phải tiếp tục tiến bộ và thoát khỏi sự kiểm soát của những ý thức cũ kỹ này; rồi thì chúng ta không để lại bất cứ dấu vết nào sau chúng ta.

Chúng ta sẽ có thể sống theo những tư tưởng chúng ta cho khởi lên và không bị vướng mắc những tập khí quá khứ của thân. Chúng ta sẽ có thể thụ hưởng thế giới trong đó chúng ta có thể chăm sóc mọi sự qua tư tưởng. Chúng ta đã tiến bộ đến tầm mức con người, vậy chúng ta không nên đi xa hơn một chút và hưởng thụ thế giới này của tâm sao?

Thỉnh thoảng khi đi dạo, tôi thấy một loại bò sát nhìn như con giun hay con rắn nhỏ, tôi không biết thật sự nó được gọi là gì. Dù sao, nó đẻ trứng, gắn chúng vào đuôi, và kéo lết chúng đến chỗ an toàn. Ở đó, nó tạo một giường cỏ dày, đặt trứng vào, và phủ một lớp cỏ mỏng. Tôi luôn luôn kinh ngạc khi thấy việc này.

Rất kỳ diệu, và chỉ là một thí dụ của những việc không tin nổi chúng ta đã làm trong tiến trình khai triển đến nhân loại. Qua toàn thể tiến trình này, từ những vi khuẩn đến bây giờ, những bậc cha mẹ cho những đứa con ăn mặc và bế chúng đến giường. Rồi, ngay bây giờ, khi những đứa trẻ về trễ, cha mẹ bồn chồn, "Tại sao chúng chưa về nhà?" Khi tôi nghĩ về những dính mắc của những bậc cha mẹ đối với con cái, dường như theo tôi, chúng ta vẫn chịu ảnh hưởng của những mức độ trước đây này.

Gia đình, trí tuệ và bất nhị

Qua tiến trình của những kỷ nguyên, chúng ta đã tụ họp với nhau và rồi tách rời ra như những chiếc lá trong cơn gió. Chúng ta tụ họp với nhau như những thành viên trong một gia đình, tách ra và rồi tụ họp như những thành viên của gia đình khác. Nếu chúng ta tiến bộ một chút, chúng ta tụ họp với một gia đình tiến bộ hơn. Nếu chúng ta đã trao một chút, tốt… Chúng ta đã đi qua từ lần này đến lần khác. Như thế, nói rộng ra "cha mẹ" và "con cái" chỉ là những ý nghĩa tạm thời. Trong bất cứ đời sống đặc biệt nào, chúng ta chỉ tụ họp với nhau một thời gian ngắn. Vì thế, thay vì chiếm hữu, hãy đối xử với chúng bằng tình yêu.

Tuy nhiên, hầu hết những bậc cha mẹ phản ứng giận dữ khi con trai hay con gái ở ngoài suốt đêm, "Con qua đêm ở đâu?! Con ở với ai?! Cho ta số điện thoại của họ!" Nếu bạn hành động như thế, chúng sẽ trở nên bướng bỉnh nhiều hơn và sẽ càng xa cách bạn hơn nữa.

Hãy cố gắng chấp nhận rằng có những tình huống không thể tránh và hỏi chúng, chúng đã ăn chưa. Nếu bạn có thể ôm chúng với trái tim ấm áp, chúng sẽ ở lại dù bạn cố gắng đá chúng ra! Tuy nhiên, vì sự cứng ngắc của cha mẹ đối với con cái, họ thường la hét và mắng chửi chúng. Cha mẹ nên đối xử tôn trọng với con cái mình, nhưng họ thường hành động như thể con cái là vật sở hữu. Đây là lý do một số cha mẹ có thái độ tệ hại.

Mỗi một đứa con của bạn đã có lần làm người trưởng thành, dần dần già và chết, và bây giờ sanh trở lại như trẻ con.

Chỉ khác nhau là lần này bạn hơi già hơn chúng *(cười)*.

Cho dù bạn sanh ra chúng, đừng xem chúng như vật riêng của bạn. Chúng không phải thuộc sở hữu của bạn. Chúng không thuộc về bạn! Hơn nữa, dù họ là con bạn hay con của người khác, cha mẹ bạn hay cha mẹ ai khác, hãy đối xử với tất cả họ như bạn đối với chính mình. Nếu bạn thấy ai cần gì, nếu bạn nghe về người nào đang đau khổ, hãy giúp họ ngay. Nếu cần giúp về vật chất, và bạn có để dành đủ, hãy cho người ấy. Nếu không, thì hãy chắc chắn giúp họ qua tâm. Thật ra, giúp đỡ ai qua tâm như thế là một việc vĩ đại. Chỉ chắc chắn rằng nó là vật để lại cho họ thì tốt hơn. Rồi thì nó sẽ là một vật kỳ diệu.

Thỉnh thoảng học trò đến thăm tôi, kêu khóc và yêu cầu giúp những vấn đề liên quan đến cha mẹ. Vào lúc đó, làm sao ai có thể không thấy họ như con của mình? Bạn phải nhìn tất cả những đứa trẻ bình đẳng như con cái của bạn, và bạn mới có thể thật sự yêu thương chúng. Giống như đối với những vật cụ thể. Bạn không thể chia hay cho chúng cho ai khác bao lâu bạn còn xem chúng như "con của tôi". Thay vào việc bạn luôn luôn mong đợi vật đền đáp hay tạo những yêu cầu với người khác.

Những mong cầu này khiến người ta không thể mở lòng và bước ra khỏi những ý tưởng hẹp hòi. Tôi đau lòng khi thấy những người trẻ kêu khóc vì những việc như thế. Đôi khi họ là con cái bạn, đôi khi họ là con cái tôi. Đôi khi họ là cha mẹ tôi, đôi khi họ là cha mẹ bạn. Chúng ta tụ họp với nhau và rồi tách rời như gió thoảng. Chúng ta như những kẻ lang thang đến với nhau trong một cuộc dã ngoại, và rồi đường ai nấy đi khi đêm xuống. Đây là chân lý của cuộc đời chúng ta. Vui lòng nghĩ về điều này khi bạn có thời gian thinh lặng.

Tôi đã nói khá dài, vậy bây giờ các bạn cần nói để tôi có thể học được gì đó! Tất cả chúng ta thay phiên chia sẻ và học hỏi lẫn nhau. Thỉnh thoảng tôi nói chuyện với một bông hoa hay cây cối, và những lần khác tôi sẽ chỉ im lặng ngắm nhìn chúng khi chúng bắt đầu nói với tôi.

Hãy nghĩ về điều này: Ngay những bông hoa thường khép cánh về đêm. Một số các bạn đã thấy điều này phải không? Khi những cánh hoa khép lại trong đêm, bạn có biết chúng nói gì không? Chúng bảo, "Mặt trời đã lặn. Thôi! Chúng ta hãy ngủ một chút." Trái lại những cây thông thường thức, vì thế trong chúng có một nghĩa được gọi là "trường thanh" (evergreen). Một số những cây cối khác cũng sống giống như thế. Sự hiểu biết này đến từ sự cộng thông với những tấm lòng của chúng ta qua bản tâm của mình.

Có một người được dự đoán bị chết do cây đổ. Nhưng anh ta nhận ra rằng những cội cây cũng có một yếu tính hay "linh hồn", và bắt đầu nghĩ chúng như những người bạn tốt, trong thâm tâm nói chuyện tử tế với chúng. Dù anh ta bị dự đoán chết bởi một cây, do anh ta xem cây như một với chính mình, thay vì làm anh ta đau đớn, những thần cây đó bảo vệ anh ta khỏi bị hại.

Hãy để tôi cho các bạn một thí dụ khác: Nếu người lãnh đạo một công ty lớn thật sự cảm thấy ông ta và nhân viên trong đó là toàn thể với nhau, và công việc tốt hay xấu ông ta chia sẻ những gì có được cho họ, đối xử với họ trân trọng, làm sao họ có thể không thấy rõ điều đó? Họ sẽ không làm việc chăm chỉ đối với người như thế sao? Bạn và người khác không hiện hữu tách rời.

Vậy, nếu bạn có thể thật sự nhìn người khác theo lối này, bất kể bạn đi đâu, bạn cũng sẽ vừa ý. Hãy để thần nước trở thành một với bạn, thần cây thành một với bạn, và thần đất thành một với bạn. Bồ tát Quan Âm và Địa Tạng cũng thành một với bạn. Mọi người là một với bạn, mọi người là chính bạn. Hôm nay có câu hỏi nào không? Đừng nghĩ rằng bạn đã biết mọi thứ. Hãy nói chuyện và học hỏi lẫn nhau.

NGƯỜI HỎI 1 (nam):

Gần đây, thầy dạy chúng con rằng khi những ngôi sao đến lúc chấm dứt đời sống của chúng, chúng cũng thay đổi y phục. Nghĩ về điều này và trái đất, con đang tự hỏi đâu là trái đất trong thời kỳ lão hóa?

Thứ hai, nhân loại xuất hiện đầu tiên khi nào? Sau cùng, trong kinh nói rằng chúng sanh được sanh theo bốn cách: thấp sanh, thai sanh, noãn sanh, hóa sanh. Nhân loại đầu tiên sanh cách nào? Dĩ nhiên bây giờ chúng ta được sanh bằng thai, nhưng nó giống cái gì lúc bắt đầu?

SƯ BÀ:

Tôi đã nói về những cơ bản của điều này, nhưng dường như bạn không thể tạo được sự kết nối. Hãy xem, dù chúng ta sanh bằng thai, những sinh vật bên trong chúng ta có sanh như thế không? Như một cái phôi, những sinh vật tạo ra thân bạn liên tục chuyển hóa, và rồi sau đó toàn thể được sanh qua thai.

Ngay lúc bắt đầu, tất cả những ý thức của những tế bào tinh dịch khác đó chuyển hóa và kết hợp với trứng thụ tinh. Những ý thức đó bám vào phôi như một cái bóng và toàn thể được sanh ra qua thai. Ngay sau khi chúng ta sanh ra, những tế bào bên trong chúng ta tiếp tục đi đến sự hiện hữu qua chuyển hóa. Bạn cần gì thêm để chứng minh chúng ta không chỉ sanh qua thai? Trong thời kỳ phát triển tiến hóa, chúng ta chỉ ba tuổi. Trái đất cũng chỉ ba tuổi. Tại sao? Nếu bạn nghĩ cẩn thận về những gì tôi nói, bạn có thể có vài ý tưởng. Bởi vì lối sống của nhân loại và tất cả chúng sanh, thật sự đã vẫn ở mức độ như nhau! Họ chỉ đi lòng vòng, không tiến bộ nhiều.

Hãy xem, bạn cũng đã hỏi tôi về việc khi nào những ngôi sao thay đổi hình dạng. Trong quá trình thay đổi thân thể, chúng khuấy động và phát ra năng lượng bao quanh chúng. Mọi sinh vật chuyển động phải không? Sự thay đổi thân như thế không có nghĩa là chết. Chỉ là sự thay đổi hình dạng, đi từ một hình tam giác đến hình chữ nhật, đến hình ngũ giác đến lục giác. Và giống hệt chúng ta, chúng thay đổi khi chúng già, đôi khi trở thành như những ngôi sao rất nhỏ.

Nguồn sống của những ngôi sao đó cũng là nguồn sống của chúng ta. Phật tánh cho khởi lên chúng ta và có khả năng cho chúng ta sống, có thể tách rời những ngôi sao đó không? Không, tất cả chúng ta được kết nối. Dù thân chúng ta sống ở đây trên trái đất, chúng ta cũng đang sống như những ngôi sao.

Điều này có vẻ điên rồ, phải không? Nhưng, nếu tâm bạn nhỏ bé, ánh sáng của bạn cũng sẽ nhỏ bé. Nếu tâm bạn lớn, ánh sáng của bạn cũng sẽ lớn. Khi một vĩ nhân ra đời, chúng ta nói rằng một ngôi sao lớn xuất hiện, phải không? Cũng thế, khi chúng ta thấy một sao băng, chúng ta nói có người chết. Khi ai đó chết, thân họ tan rã và họ trở về nguồn. Việc giống như thế xảy ra với những ngôi sao.

Hãy nghĩ về cáu ghét dưới chân ta. Nó đến cách nào? Những yếu tố tụ họp với nhau và tạo thành nó, đúng không? Tương tự, khi chúng ta chết, cái gì xảy ra với những yếu tố tạo thành thân xác chúng ta? Tất cả chúng trở về với hình thức nguyên thủy của chúng. Đây là lý do người ta nói, "tro thành tro, bụi thành bụi." Ngay cả những sao chổi, sao băng trở thành bụi đôi khi rơi xuống mặt đất.

Tụ và tán như thế là những gì cho phép mọi vật sống. Làm sao chúng ta có thể sống sót mà không có bụi? Do bụi chúng ta có thể sống và khi chúng ta chết, chúng ta trở thành bụi và lại cho khởi lên một cuộc sống mới. Tất cả vũ trụ đang vận hành như thế, cho và nhận, cho và nhận.

Không quá lời khi nói rằng toàn thể vũ trụ giống như một công ty khổng lồ với mọi người làm việc trong những ban và văn phòng khác nhau. Có vẻ như chúng ta đang ngồi đây một cách vững chắc, nhưng thật sự chúng ta và hành tinh này đang nổi trôi trong không gian. Từ viễn cảnh của không gian, chúng ta xuất hiện như những con ve hay côn trùng hút máu bám vào trái đất, nhưng đó không phải là trường hợp – chúng ta là hình thể cao nhất của sự sống trên trái đất. Thế thì tại sao chúng ta vẫn đang sống như những vật ký sinh? Vì chúng ta không thể hiện hữu mà không tiêu thụ những vật chất từ trái đất, nhưng giữa sự sống như thế, chúng ta đã tiến bộ và vượt lên mức độ đó.

Lý do sự phát triển tinh thần của chúng ta không thể duy trì nhiều hơn là vì ý thức của chúng ta cũng bị trói buộc trong những khía cạnh vật chất của thế giới.

Quá nhiều người đang thấy những người khác tách rời khỏi họ. Nếu họ muốn gì, họ nghĩ họ sẽ đoạt nó từ người khác. Họ cứ cố gắng để đạt được nhiều hơn người khác, nâng lên vị trí cao hơn người khác… Cố gắng để sống như thế gây ra đau khổ và khó khăn vô tận. Đây là lý do tại sao chúng ta phải tu tập và tại sao chúng ta phải vượt lên mức độ này.

Hãy nhìn những ngôi sao và hành tinh, những tác động hỗ tương của chúng được quyết định bởi những trạng thái mạnh mẽ của những ngôi sao và hành tinh chung quanh. Những vật thể đó với năng lượng yếu hơn sẽ bị ảnh hưởng, điều khiển, hay bị tàn phá bởi những vật mạnh hơn. Đó là việc tự động đối với chúng.

Điều này cũng xảy ra với con người. Nếu bạn không thấu hiểu bản thể của bạn, bạn có thể bị ảnh hưởng bởi những lực mạnh hơn bạn, như một miếng nam châm lớn hút tất cả những mảnh kim khí nhỏ hơn chung quanh nó. Hừm, tôi có thể thấy rằng một số các bạn không tin tôi, nhưng đây là sự thật tuyệt đối. Nếu lực nào đó mạnh hơn bạn có ý định tiêu cực, thì những gì nó làm là không giới hạn. Và bạn không thể biết sự tai hại sẽ mang hình tướng gì, vì "năng lượng" này có thể biểu hiện trong bất cứ hình tướng nào có thể.

Cũng thế, nếu người của trái đất không nhận được bản thể của họ, và không biết cách dựa vào nó, trái đất cũng có thể mất năng lượng không giới hạn. Điều này xảy ra không những giữa con người, mà còn giữa người với vật, và nó xảy ra ngay cả giữa những hành tinh và những ngôi sao. Nếu có hành tinh hay sao chổi nào đó đi qua gần trái đất, và không có những hành giả chứng ngộ thì trái đất có thể bị thiệt hại khó cứu chữa. Ngay bây giờ có rất nhiều người và những chúng sinh khác trên trái đất năng lượng bị yếu đi nhiều.

Nhưng, nếu chúng ta tu tập sâu và học áp dụng tiềm năng của chân tánh, chúng ta có thể tạo những cơ hội để làm đầy lại năng lượng của trái đất. Theo cách này, có thể kéo dài ngay cả tuổi thọ của trái đất.

Nếu bạn tu tập thật sự sâu, tất cả mọi thứ đều có thể. Tất cả các bạn đã nghe những hành tinh như Jupiter và Saturn khắc nghiệt đến nỗi sự sống không thể tồn tại ở đó, đúng không? Nhưng chúng có sự sống – nó chỉ đang ngủ.

Nếu bạn đã hoàn toàn thức tỉnh, đã chứng tỏ và đã thử sự tu tập của bạn vào thế giới quanh mình, thì bạn cũng có thể đánh thức những sự sống đó. Nhưng bạn không thể làm điều này nếu sự hiểu biết và khả năng của bạn vẫn mơ hồ hay bạn đánh giá quá cao khả năng của mình. Nếu người không đủ khả năng thức tỉnh những chúng sanh ấy, kết quả sẽ khủng khiếp. Tại sao? Nếu bạn không thể kiểm soát chúng, những chúng sanh này sẽ sống bằng sự tàn phá tinh túy của những chúng sanh yếu hơn và kém mở mang hơn chúng. Người không tu tập dựa trên bản tâm của mình để lại cái vỏ trống rỗng. Điều này có thể xảy ra bất kể họ cách xa chúng ta bao nhiêu. Khoảng cách không là gì cả.

Khi tôi nói về những việc như thế này, một số các bạn có thể nghĩ tôi hơi điên. Nhưng sự thật là, tôi không thật quan tâm những gì người khác nghĩ về mình. Tôi chỉ đang hạnh phúc về cuộc sống của tôi, và có cười chút ít khi người ta gọi tôi như thế. Nhân đây, bạn có biết cười giữ bạn lâu già không? *(cười)* Nếu bạn thật sự muốn biết những điều tôi nói với bạn là thật hay không, hãy thực hành miên mật và đạt được bản tâm của bạn, rồi bạn sẽ có thể thấy những gì tôi đang làm trong lãnh vực vô hình. Bạn sẽ có thể thấy rằng tôi không chỉ là hình dáng vật chất này, cũng không ở thời điểm này, tôi chỉ trong nơi duy nhất này (one place).

Nếu bạn hoàn toàn tỉnh thức, thế thì bạn có thể chăm sóc không chỉ thế giới của chúng ta mà còn cả vũ trụ nữa, rồi bạn cần phải lay tỉnh những chúng sanh đang ngủ kia, bạn cũng có thể tạo những điều kiện để nâng đỡ chúng, cũng như mọi loại sinh mạng khác. Và bạn có thể làm điều này ở nhiều hành tinh. Bất kể hành tinh quá nóng hay quá lạnh nếu bạn có khả năng để thiết lập môi trường chung quanh. Đức Phật dạy rằng khi đến lúc năng lượng vận chuyển, những ý tưởng 'gần' và 'xa' không thích hợp. Khi chúng ta muốn chuyển vật từ đây đến kia, nó không phải ở trong chỉ hình thể đó cho toàn hành trình. Nếu hình dạng của sự vật đó có thể thay đổi, thì nó sẽ vận chuyển sớm hơn nhiều, phải không?

Thí dụ, nếu bạn cần một vài phần của một cội cây, thì bạn không phải dời cả cây, bạn có thể lấy chỉ phần đó và dùng nó thay thế. Hãy lưu ý vấn đề có tầm quan trọng: Những yếu tố rất nhỏ như là vô hình kết hợp thành một và hình thành đời sống. Dù nguyên thể của chúng đã biến mất, chúng không ngừng thay đổi và làm việc với nhau, tạo ra một con người sống động. Vậy, nếu bạn có thể lấy vật gì đó sáng hơn một tế bào một triệu lần, và trồng vào thế giới khác thì sao? Nếu bạn lấy vật gì từ thế giới nóng và thêm nó vào một thế giới lạnh, hành tinh đó sẽ ấm lên phải không? Nhưng làm được điều này thật sự không là vấn đề. Vấn đề chính bạn có thể kiểm soát những chúng sanh được tỉnh thức bởi điều này hay không?

Mặc dù những gì tôi nói có vẻ lạ lùng, tôi thật sự hoàn toàn là một người bình thường. Tôi không nói về những gì tôi không trải qua, cũng không phí thì giờ của mình vào những việc vô ích. Tôi nói với bạn về những điều này vì chúng ta không tách biệt. Tất cả các bạn cần rất nhiều để học cách dựa trên bản nguyên và tỉnh thức! Rồi những lần tới, bạn có thể cứu vô số sinh vật. Chúng ta phải biết về bản tâm này của chúng ta và có thể ứng dụng nó vì lợi ích của nhiều chúng sanh chưa nhận rõ những việc làm phi thường của bản tâm họ.

Tôi không chắc bao nhiêu bạn có thể hiểu những gì tôi sắp nói với các bạn bây giờ, nhưng những sinh vật bên trong thân các bạn chỉ theo bất cứ ý định các bạn cho khởi lên, không quan tâm nó tốt hay xấu. Nếu các bạn muốn ăn trộm, tất cả chúng sẽ đi theo với ý đó. Và nếu các bạn khởi lên một ý định tốt, đó là thứ chúng làm theo.

Chúng không thể nói sự khác nhau giữa tốt và xấu, vì thế công việc của các bạn là luyện tập và hướng dẫn chúng. Theo lối này, chúng có thể được chuyển hóa thành những Bồ tát. Chỉ sau khi các bạn có thể kiểm soát và hướng dẫn những sinh vật bên trong thân của các bạn, các bạn sẽ có thể giải quyết những vấn đề của những sinh vật sống trên những hành tinh khác.

Làm sao các bạn có thể hy vọng chăm sóc những chúng sanh xa lắc khi các bạn không thể cứu giúp những người ở ngay trước mặt các bạn?

Tôi nghĩ rằng điều này đã đủ cho hôm nay; hình như tôi tiếp tục thêm một chút. Hãy xem có ai khác đặt câu hỏi.

NGƯỜI HỎI 2 (nam):

Mấy lần con có nhiều câu hỏi muốn hỏi Thầy, nhưng bây giờ ngồi đây trước mặt Thầy, tất cả chúng dường như ngu xuẩn.

SƯ BÀ:

Vui lòng đừng để mắc vào những tư tưởng như "ngu xuẩn" hay không.

NGƯỜI HỎI 2:

Lúc trước, Thầy đã nói rằng nếu chúng ta không có "trụ trượng" thì chúng ta giống căn nhà trống. Có gì đó về điều này làm con muốn kiểm tra lần nữa với Thầy. Con đã nghe rằng nếu tâm chúng ta bị chi phối hay mạnh mẽ đuổi theo những vật bên ngoài, thì chúng ta giống như một ngôi nhà trống và những mầm bệnh có thể tràn lan thân chúng ta, hay tư tưởng của chúng ta trở thành rất mơ hồ và lẫn lộn.

Con muốn biết "trụ trượng" là gì. Đây có phải chỉ là một thí dụ "phương tiện thiện xảo", nơi tư tưởng là vật để chúng ta bám vào hầu giữ cho tâm chúng ta ổn định không? Hay có lẽ "trụ trượng" là sự mong muốn tu tập và giác ngộ mạnh mẽ hơn, con càng đi đến Trung tâm Thiền, và con càng học nhiều kinh điển? Và những lần khác, con nghĩ trụ trượng là trạng thái con cảm thấy thư giãn và tĩnh lặng, và tâm con không lay động.

SƯ BÀ:

Bất cứ bạn đi đâu, dù là nơi chợ búa ồn náo hay đến Trung tâm Thiền, dù là ngôi nhà yên tĩnh của bạn hay nơi bạn làm việc, nếu bạn có niềm tin chắc chắn rằng bản tâm bạn đang làm mọi sự, thì đây được gọi là Trụ trượng.

Niềm tin không lay động, rất ổn định trong bản tánh sẵn có của bạn. Tâm cốt lõi này rất tuyệt vời! Nó là kho tàng của bạn mà bạn có thể dùng để làm bất cứ gì bạn muốn. Bạn luôn luôn có nó, nhưng bạn đã sống mà không biết điều này, vì thế những việc bạn làm thường bị hỏng, và tất cả những tư tưởng dại dột khởi lên.

Vậy, đừng bị gạt bởi những việc này. Hãy học để kiểm soát những phản ứng của bạn về những việc đó, hãy học giao phó vô điều kiện mọi việc bạn gặp phải về bản tâm của bạn.

NGƯỜI HỎI 3 (nam):

Con có một câu hỏi muốn hỏi Thầy, nhưng khá lạ lùng, Sư cô Jeong-nak đã trả lời nó trong Pháp thoại sáng nay, và Thầy, cũng trả lời nó ngay trong buổi nói chuyện này. Nhưng con nhớ một điểm khác mà con chưa được rõ.

Cơ bản, bản tâm của chúng ta ở đâu? Khi con cố gắng tu tập, điều xảy ra với con là để giao phó gì đó cho nó, trước hết chúng ta phải khám phá nó. Nhưng khi con xem xét sáu căn và những cơ quan vật chất phù hợp những căn này, con không thể tìm ra bất cứ gì.

SƯ BÀ:

Tại sao bạn cố gắng tách rời chúng? Tất cả chúng không phải đều tùy thuộc vào một thân sao?

NGƯỜI HỎI 3:

Con tìm trong những căn đó, mong tìm ra bản tâm, nhưng con không thể tìm thấy gì. Cũng thế, khi những tư tưởng khởi lên trong đầu và con suy nghĩ qua bộ óc, Thầy có đôi lần nói với chúng con, "Hãy ngừng cố gắng hiểu qua đầu. Thay vào đó cố biết, cảm nhận và hiểu qua tâm mình."

Cũng thế, ở Đại Hàn người ta thường chỉ vào tim khi họ biểu thị tâm mình, nhưng bất kể cố gắng cách nào, con cũng không thể tìm ra tâm con ở đó. Những ý thức của chúng ta có phải là cái được giải thích là 'tâm', hay tâm và ý thức khác nhau? Con đúng là không có một manh mối về tâm ở đâu hay nơi con phải giao phó mọi sự.

SƯ BÀ:

Cái gì chúng ta gọi là "tâm" có thể dễ dàng nghiêng về lối này hay lối khác, vì thế điều quan trọng là gom tất cả những tư tưởng lan man của chúng ta về một nơi. Việc làm này cho phép chúng ta tiến thẳng tới trước, đó là ý nghĩa của câu nói, "Hãy nắm vững chính anh."

Tâm không hiện hữu bên ngoài, chỉ hiện hữu bên trong bạn. Như thế, nó có thể trùm khắp vũ trụ. Nếu tâm chỉ hiện hữu trong bạn, làm sao nó có thể bao gồm những vật khác? Làm sao nó có thể vận hành bất nhị với mọi vật trong vũ trụ? Vì tâm không hình tướng và làm việc như một với mọi vật, trong một khoảnh khắc, chư Phật và Bồ tát có thể trở thành một với bạn, cho bạn những bài pháp đáng kinh ngạc, và rồi bỏ đi. Tâm không phải thứ bạn có thể thấy, xúc chạm, hay nắm lấy. Nó không phải thứ chỉ hiện hữu bên trong hay bên ngoài thân bạn.

Vì tất cả điều này, tâm có thể vận hành theo nhiều lối kỳ diệu và sâu sắc, và nó có thể cho bạn áp dụng những nguyên tắc to lớn và siêu việt của tâm để làm những việc tuyệt vời. Không biết cách để áp dụng thật sự tâm bạn như thế, bạn có thể thành Phật sao? Tâm cho khởi lên những tư tưởng ngay bây giờ, tâm đang nói, đang thấy, đang hỏi những câu hỏi, tâm yêu, ghét – trong tất cả điều này, không có gì để bạn nắm bắt. Nhưng, qua chính tâm này bạn có thể thành Phật.

Như thế, người ta nói rằng bạn có thể tìm ra bản tâm bạn khi nó vận hành qua đời sống hằng ngày của bạn. Ngày xưa ở Trung Quốc, có một ni cô tên Thực Tế. Cô đến thăm sư Câu Chi, người chưa đạt ngộ, nhưng là Trụ trì một ngôi chùa. Cô đã nghe nhiều chuyện về sư, và quyết định cần thử sư, cũng có lẽ giúp sư một cú đẩy.

Sư đang ngồi ở sân lột đậu khi cô đến. Cô bước tới nhiễu quanh sư ba vòng và dộng gậy xuống đất. Sư chỉ ngồi, không để ý về những gì cô làm. Thực Tế đứng một lát, chờ câu trả lời, và quay mình bỏ đi. Sau đó cùng ngày, vì Câu Chi, nhớ bổn phận Trụ trì, cho cô một phòng nghỉ qua đêm. Tuy nhiên, Thực Tế trả lời, "Làm sao tôi có thể ở lại nơi không có người?" Rồi rời khỏi đó.

Câu Chi chỉ đăm đăm nhìn theo cô, cảm thấy vừa kinh ngạc vừa hổ thẹn. Sau khi suy nghĩ về điều này nhiều hơn, sư quyết định từ bỏ vị trí Trụ trì và tìm nơi có thể chú tâm tu tập. Sư chuẩn bị một đãy nhỏ và sửa soạn rời chùa vào sáng hôm sau. Đêm đó, khi ngủ, sư được báo mộng, "Đừng rời đi. Một vị thầy hay sẽ đến ngay với sư." Không bao lâu một Đại sư thật sự đã đến chùa, và với sự hướng dẫn của ngài, Câu Chi đạt ngộ. Sau đó sư nổi tiếng là "Câu Chi, một ngón tay."

Bạn không thể tìm ra trụ trượng của bạn, tâm cốt lõi của bạn ở nơi nào khác. Bởi vì khi đưa gậy lên, bạn có thể cảm thấy sự đau khổ hay niềm vui của của người khác và khởi những dự định tốt cho họ. Khi bạn khởi tâm cốt lõi kiên định này, thật sự bạn có thể làm những việc tốt cho người khác. Tâm chúng ta bao la, vô hạn và hiển thị ngàn cách khác nhau, trong khi không có hình thể vật chất hay cảm thọ để chúng ta nắm bắt, dù sao, khi chúng ta giao phó mọi sự khởi lên cho bản thể của mình, thì giữa việc này, có khởi lên vật mà chúng ta có thể dựa vào: trụ trượng của chúng ta.

Do vậy, người ta nói rằng sắc là không và không là sắc. Vì nó không hiện hữu riêng, bạn có thể có kho tàng là trụ trượng của bạn hay không, tùy thuộc việc giao phó mọi sự đến bản thể của bạn như thế nào.

Như thế, nếu bạn không có tâm cốt lõi kiên định này, những người khác có thể sẽ đến và chiếm chỗ trụ trượng của bạn – vì bất cứ ai cũng có thể tự do đi vào ngôi nhà trống. Nếu bạn trở thành như ngôi nhà trống, vật duy nhất thích hợp ở đó sẽ là những mạng nhện. Mọi vấn đề sẽ xảy ra, dù chúng được gây ra bởi những mầm bệnh, di truyền hay những linh hồn. Hãy tưởng tượng một đám người xâm nhập nhà bạn, khiêu vũ điên cuồng, ca hát, và nhậu nhẹt đến bất tỉnh. Tình trạng nhà bạn sẽ ra sao khi họ bỏ đi?

Có câu hỏi nào nữa không? Nếu không, thì hôm nay ngừng ở đây.

MỤC LỤC

1. Giữa một khoảnh khắc — 5
2. Năng lực vô hạn của nhất tâm — 47
3. Thành một với vũ trụ — 89
4. Tia lửa có thể cứu vũ trụ — 125
5. Bảo vệ trái đất — 179

CHẠM MẶT ĐẤT
Thiền sư ni Đaehaeng
HẠNH HUỆ dịch

Touching the Earth
Written by Seon Master Daehaeng

Xuất bản: Nhà xuất bản Hanmaum
Biên tập: Viện Văn hóa quốc tế Hanmaum
Biên dịch: Hạnh Huệ
Thiết kế trang bìa: Su Yeon Park
Ngày phát hành: Tháng 3 năm 2023
Copyright© 2023 Hanmaum Seonwon Foundation
Ấn phẩm này là sáng tác được bảo vệ bởi Luật Sáng tác.
Nghiêm cấm việc tự ý sao chép và phát tán.

1282 Gyeongsu-daero, Manan-gu, Anyang-si, Gyunggi-do, 13908, Republic of Korea
[Within Korea] tel:(031)470-3175 / fax:(031)470-3209
[Outside Korea] tel:(82-31)470-3175 / fax:(82-31)470-3209
E-mail: onemind@hanmaum.org

Chúng tôi xin chân thành cảm ơn Thiền viện Viên Chiếu đã giúp biên soạn bản tiếng Việt này.
In tại Hàn Quốc
ISBN 978-89-91857-64-3 (03220)

Những cuốn sách khác của Thiền sư ni Daehaeng bằng tiếng Việt
• Không có sông nào để vượt qua (Hanmaum Publications; Vien Chieu, Vietnam)
• Tỉnh thức và cưới (Hanmaum Publications; Vien Chieu, Vietnam)
• Tìm kho báu bên trong
  (Hanmaum Publications; This book is intended for free)